பார்த்ததும் படித்ததும்
(கல்விச் சிந்தனைகள்)

பார்த்ததும் படித்ததும்

(கல்விச் சிந்தனைகள்)

ச. மாடசாமி

எதிர்
வெளியீடு

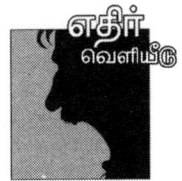

பார்த்ததும் படித்ததும்
(கல்விச் சிந்தனைகள்)
ச. மாடசாமி

முதல் பதிப்பு: ஜனவரி 2024
எதிர் வெளியீடு,
96, நியூ ஸ்கீம் ரோடு, பொள்ளாச்சி – 642 002
தொலைபேசி: 98948 75084, 99425 11302

விலை: ரூ. 140

Paarthathum Padithathum (Kalvi Sinthanaikal)
Sa. Madasamy

Copyright © Sa. Madasamy
First Edition: January 2024

Published by
Ethir Veliyeedu, 96, New Scheme Road, Pollachi – 2
email: ethirveliyedu@gmail.com
www.ethirveliyeedu.com

ISBN: 978-81-19576-41-8
Cover Design: Lark Bhaskaran
Printed at Jothy Enterprises, Chennai.

All rights reserved. No part of this book may be reprinted or reproduced or utilised in any form or by any electronic, mechanical or other means, now known or hereafter invented, including Photocopying and recording, or in any information storage or retrieval system, without permission in writing from the Publisher.

ச. மாடசாமி

பிறந்தது 1947. பிறந்த ஊர் வடுகப்பட்டி. வடுகபட்டி – பெரியகுளம் பாதைகளும், வராக நதி மணல்வெளியும் சிறு வயதுப் பிடிமானங்கள். அவைதாம் சிந்திக்கச் சொல்லித் தந்த ஆசிரியர்கள். முப்பதாண்டு அருப்புக்கோட்டை கல்லூரியில் தமிழ் ஆசிரியர்; மூன்று ஆண்டுகள் நெல்லைப் பல்கலைக்கழகத்தின் இளைஞர் நலத்துறை இயக்குநர். வாழ்நாள் முழுதும் மறக்கமுடியாத அனுபவம், அறிவொளி! கற்றுக் கொடுக்கப் போய்... கற்றுக் கொண்டு வந்தோம். கல்வி குறித்த தெளிவான புரிதல் உண்டானதும், கல்வி குறித்துத் தொடர்ந்து பேசுவதற்கான தெம்பு கிடைத்ததும் அறிவொளியில்தான். எழுதிய நூல்கள் பல. 'பாம்பாட்டிச் சித்தர்', 'பொதுவுடைமை இலக்கியம் – பார்வையும் பயணமும்', 'தமிழர் திருமணம் அன்று முதல் இன்று வரை' 'சொலவடைகளும் சொன்னவர்களும்' ஆகியன ஆய்வு நூல்கள். 'ஃபூமரப்பெண்', 'ஏமாளியும் திருடனும்', 'கூத்தாடிகள்', 'வித்தியாசம்தான் அழகு', 'மனச்சாட்சியின் குரல்கள்' ஆகியன விவாத நூல்கள். 'நாய் வால்', 'முயல்குட்டியும் போலீசுக்காரரும்', 'முதலைக் கதைகள்', 'சுண்டெலிக் கதைகள்' ஆகியன குழந்தைகளுக்கான கதை நூல்கள். 'எனக்குரிய இடம் எங்கே', 'என் சிவப்புப் பால்பாயிண்ட் பேனா', 'போயிட்டு வாங்க சார்', 'ஆசிரிய முகமூடி அகற்றி', 'அன்பென்பது ஒரு தந்திரம் அல்ல', 'தெருவிளக்கும் மரத்தடியும்', 'குழந்தைகளின் நூறு மொழிகள்', 'நிறத்தைத் தாண்டிய நேசம்' ஆகியவை கல்வி சார்ந்த நூல்கள். இறுதியாக வெளிவந்தது 'அம்மாடி! அப்பாடி!' இப்போது வருவது 'பார்த்ததும் படித்ததும்'.

நன்றி

இக் கட்டுரைகளை வெளியிட்ட யாதும் இதழுக்கு.

இக் கட்டுரைகளை எழுதத் தூண்டிய பதிப்பாளர் த.செ.ஞானவேலுக்கு.

சோர்வு ஏற்பட்ட வேளைகளில் உற்சாகம் தந்த ஆசிரியர் வள்ளிதாசனுக்கு.

கட்டுரைகளை வாசித்துப் பாராட்டிய எழுத்தாளர் நிவேதிதா லூயிஸுக்கு.

இக் கட்டுரைகளைப் புத்தகம் ஆக்க அன்புடன் ஏற்ற எதிர் வெளியீடு அனுஷுக்கு...

ச. மாடசாமி

6.12.2023.

உள்ளடக்கம்

பேசும் வாய்களும் கவனிக்கும் கண்களும்	11
தேவை ஒரு பாலம்	15
வகுப்பறை மோதல்கள்	19
தவறவிட்ட குரல்கள்	24
ஆயிஷா சிரிக்க வேண்டாமா?	29
காடுகளும் பாதைகளும்	34
வாயா? வாய்ப்பா? எது தேவை?	39
மகிழ்ச்சியா? வெற்றியா? எது முதலில்? எது முக்கியம்?	44
கதவைத் திற! வெளியே கொஞ்சம் நட!	48
தரம்... தந்திரம்	53
அப்படியா?...	58
பேச்சும் மௌனமும்	63
அடையாளமும் அட்டைப் பெட்டியும்	67
பிஞ்சு விரல்கள்... பெருங்கனவுகள்	71
பயமும் தைரியமும்	75

1

பேசும் வாய்களும் கவனிக்கும் கண்களும்

ஒரு நாட்டுப்புறக் கதையோடு நம் உரையாடலைத் தொடங்கலாம்.

பூனையும் நாயும் நல்ல நண்பர்கள்.

நாய் பேசும்; பூனை கேட்கும்.

தெருவில்தான் வசிக்கின்றன. சில சமயம், காட்டுப் பக்கம் காலாற நடப்பதும் உண்டு.

ஒரு நாள் காலை - காடுகளுக்குள் ஒரு வாக்கிங்!

வழக்கம்போல், நாய் பேசிக் கொண்டிருந்தது; பூனை கேட்டுக் கொண்டு வந்தது.

தெருவில் விளையாட வந்த சிறுவர்களைத் துரத்திய அனுபவத்தை நாய் வேடிக்கையாகச் சொல்லி வந்தது.

"பக்கத்துத் தெருப் பசங்க நம்ம தெருவில விளையாட வந்தாங்க. 'இங்க ஏன்டா வந்தீங்க? உங்க தெருவுக்குப் போங்கடா'ன்னு சொல்லிக் குரைச்சேன். விடாம குரைச்சேன். பசங்க பயந்துட்டாங்க! ஓட்டம் பிடிச்சாங்க! ஓடின ஓட்டத்துல ஒரு பயலுக்கு டவுசர் அவுந்து போச்சு!"

சிலர் பேசும்போது டமாரமும் கூடவரும். நாயின் பேச்சிலும் டமாரம் சேர்ந்து இருந்தது. பூனை 'ஊம்' கொட்டிக் கொண்டே வந்தது. அந்தப் பக்கமும் இந்தப் பக்கமும் கவனித்துக் கொண்டும் வந்தது. எதுவும் பேசவில்லை.

நாய் அடுத்த கதையைச் சொல்ல ஆரம்பித்தது. காய்கறி கொண்டு வந்த வண்டிக்காரரை விரட்டிய கதை!

பாதி சொல்லி இருக்கும். கேட்டுக் கொண்டிருந்த பூனை சட்டென நின்றது. கடந்து போக வேண்டிய மரத்தைக் கவனித்தது.

"ஓடு! மலைப் பாம்பு!" என்று பூனை மியாவ் குரலில் எச்சரித்தது.

நாய் திகைத்துப் போய் மரத்தைப் பார்த்தது. மலைப் பாம்பு ஒன்று - எப்படியும் எட்டடிக்கு மேல் இருக்கும்- மரத்தில் இருந்து சரசரவென்று இறங்கி வந்தது.

பார்த்ததும் பூனையும் நாயும் ஓட்டம் பிடித்தன. வீதிக்கு வந்ததும்தான் நின்றன.

'நல்ல வேளை! தப்பித்தோம்!' என்றது நாய். அதற்கு மேல் பேச முடியவில்லை. மூச்சிரைத்தது. பூனை மெல்லச் சிரித்தது. 'நானும் தப்பித்துக் கொண்டேன்' என்று மனதுக்குள் சொல்லி இருக்க வேண்டும்.

பேசும் வாய்களை விடக் கவனிக்கும் கண்கள் முக்கியம் எனச் சொல்லும் கதை இது.

அறுபது ஆண்டுகளுக்கு முந்தைய எங்கள் பள்ளி வகுப்பறை எப்போதும் என் ஞாபகத்தில் இருக்கிறது.

அன்று, ஆசிரியர்களிடம் இருந்து நாங்கள் அதிகம் கேட்ட வார்த்தை - 'கவனி'. ஆசிரியர்கள் பேசுவார்கள்; மாணவர்கள் கவனிக்க வேண்டும். நடுங்கும் விரல்களிலும், திக்கும் குரல்களிலும், தடுமாறும் நடையிலும் பின்னிக் கிடந்த திறமைகளைக் கண்டு கொள்ளாத வகுப்பறைகள் அவை! தோற்றமும் பேச்சும் மட்டுமே ஜெயித்த காலம் அது!

காலம் மாறி இருக்கிறது. வகுப்பறை மாறி இருக்கிறதா?

'மக்குப் பய! எதுவும் மண்டைல ஏற மாட்டேங்குது!' என்ற எங்கள் காலத்துக் குற்றச்சாட்டு அப்படியே தொடர்கிறது.

கூடவே இன்று ஒரு புது குற்றச்சாட்டு!

'தரங் கெட்ட பய! என்னையே அடிக்க வாரான்!'

தீர்வு என்ன?

வகுப்பறை- குழந்தைகளின் வகுப்பறை ஆகாமல்- குழந்தைகள் மீதான பழிச் சொற்கள் அடங்குவதேது?

கையோங்கும் மாணவர்களையும், வளரிளம் பருவத்தில் தலைகாட்டும் தவறான பழக்கங்களையும் மேற்கு நாடுகளின் வகுப்பறைகள் சந்தித்து 60 ஆண்டுகளுக்கு மேலாகிறது.

குற்றஞ் சொல்வதோ, குமுறுவதோ தீர்வு அல்ல - அக்கறையுடன் கவனிப்பதுதான் முதன்மையான தீர்வு என்பதையும் வகுப்பறைகள் அன்றே புரிந்து கொண்டன.

30 ஆண்டுகளுக்கு மேலாகப் பேசியும், கடந்த 15 ஆண்டுகளாக மேற்கு நாடுகள் பல நடைமுறைப்படுத்தியும் வரும் தலைகீழ் வகுப்பறை (Flipped Classroom) கவனிக்கும் வகுப்பறைக்கு ஓர் உதாரணம்.

தலைகீழ் வகுப்பறையில் மாணவர்களே பாடங்கள் குறித்துப் பேசுகிறார்கள். ஆசிரியர்கள் கவனிக்கிறார்கள். அவ்வப்போது 'பேசலாமா' என்று கேட்டுப் பேசுகிறார்கள். ஆலோசனை

சொல்வது வேறு - குறுக்கிடுவது வேறு என்பதைப் புரிந்து கொண்டு பேசுகிறார்கள்.

கவனிப்பது என்பது சும்மா இருப்பது அல்ல; சுலபமும் அல்ல.

மாணவர்கள் பேசி நடத்தும் வகுப்பறையை உருவாக்க, இரவு பகலாக உழைத்து ஆசிரியர்கள் வீடியோ வடிவில் பாடங்களைத் தயாராக்கித் தருகிறார்கள். மாணவர்க்குத் தயாரான வீடியோக்களைப் பெற்றோரும் பார்க்கிறார்கள். வீடியோக்களின் சிறப்பு மற்றும் போதாமை குறித்துக் கருத்து தெரிவிக்கிறார்கள். அதாவது, வகுப்பறையில் சமூகமும் பங்கு பெறுகிறது. இதுதானே நம் கனவு!

தலைகீழ் வகுப்பறைகள் - வாய்களைக் கண்கள் ஆக்கி இருக்கின்றன.

வகுப்பறையின் வாய்கள் கண்களானால், அதற்கு இணை ஏது?

2

தேவை ஒரு பாலம்

மொழி கற்பதில் உள்ள அடிப்படையான சிக்கல் -

குழந்தைகளின் வீட்டு மொழியும் பள்ளி மொழியும் வேறு வேறாக இருப்பது!

பழங்குடியினக் குழந்தைகள் பெரும்பாலோர் வீட்டில் பேசும் மொழி வேறு; பள்ளியில் படிக்கும் மொழி வேறு.

சில நேரங்களில் மொழி ஒன்றுதான். ஆனால், வீட்டில், தெருவில் பேசும் பேச்சு மொழிக்கும் பள்ளியில் படிக்கும் பாடப் புத்தக மொழிக்கும் இடையில் பெரிய இடைவெளி இருக்கும்.

தமிழ் மொழி - ஓர் உதாரணம்.

கல்லூரி மாணவர்களே தங்கள் தேர்வுத் தாளில், வந்துட்டான், போறான், தெரியல என்று அவசரத்தில் எழுதுவார்கள். எங்களுக்குச் சௌகர்யம்தான். இந்த வார்த்தைகளுக்குக் கீழ் வேகம் வேகமாகச் சிவப்புக் கோடு போடுவோம். தப்பு என்று அர்த்தம். நாங்களும் பேப்பர் திருத்தி விட்டதாக அர்த்தம்!

'பேச்சுத் தமிழ்' மீது அப்படி என்ன பகை?

'இன்பத் தேன் வந்து பாயுது காதினிலே' என்று எழுதியதற்காக அன்று பாரதி மீதே பாய்ந்தார்கள். 'பாய்கிறது' என்று இருக்க வேண்டுமாம். பாரதிக்கே இந்த நிலை. எங்கள் மாணவர்கள் தப்பமுடியுமா?

'பேச்சுதான் முதன்மையானது; எழுத்து அப்புறம்தான்' (*Speech is primary; Writing is secondary*) என்கிறது மொழியியல். இது உண்மையானால் பேச்சுத் தமிழ் ஏன் புறக்கணிக்கப்பட வேண்டும்?

பாடப் புத்தகங்களிலும் தேர்வுத் தாளிலும் பேச்சுத் தமிழ் ஏன் குற்றவாளி ஆக வேண்டும்?

எது சரி? எது தப்பு? என்று சொல்லி மாணவனைத் திருத்துவது அல்ல கல்விப் பார்வை.

அவனுடைய வீட்டின்... தெருவின் மொழிக்கும் (Neighbourhood Language) பாடப் புத்தக மொழிக்கும் இடையே ஒரு பாலம் அமைப்பதுதான் தெளிவான பார்வை; பாதை!

இந்தச் சிந்தனையை விதைத்தவர்களில் முக்கியமானவர்- Sylvia. முழுப் பெயர் Sylvia Ashton Warner. அவருடைய புத்தகம்- TEACHER.

1937இல் நியூசிலாந்தில் மாவோரிக் குழந்தைகள் படித்த பள்ளியில் ஆசிரியராகச் சேர்ந்தார் சில்வியா. 24 ஆண்டுகள் அப் பள்ளியில் ஆசிரியராகப் பணிபுரிந்தார். அந்த அனுபவத்தின் விளைவுதான் Teacher. அது சரி! மாவோரிகள் யார்? நியூசிலாந்தின் பூர்வீகக் குடிகள் அவர்கள். அரசர்களின் படைகளில் போர் வீரர்களாகப் பணி புரிந்தவர்கள்.

விருப்பமில்லாமல் ஆசிரியர் ஆனவர் சில்வியா. அவருடைய விருப்பம் எல்லாம் பியானோ மீது. இசைக் கலைஞராக ஆசைப்பட்டவர். சில்வியாவின் குடும்பம் பெரிய குடும்பம். தந்தையோ நடக்க முடியாமல் எப்போதும் சக்கர நாற்காலியில்! தீராத உணவுப் போராட்டம் வீட்டில்... சில்வியாவுக்குக் கிடைத்த வேலை ஆசிரியர் வேலைதான்!

5 வயது மாவோரிக் குழந்தைகள்.. சில்வியாவின் வகுப்பில்! கனத்த ஷூக்கள் அணிந்து வருவார்கள். 10 நிமிடத்துக்கு மேல் ஆசிரியரைக் கவனிப்பது மாவோரிக் குழந்தைகளுக்கு முடியாத விசயம். அவர்களின் குரல்கள் முரட்டுக் குரல்கள்! அவர்களுக்குப் பிடித்தமானவை போர் விமானங்களும் துப்பாக்கிகளும்! ஆரம்பத்தில் திகைத்தார் சில்வியா. எதிர்மறைகளை வெகு இயல்பாக எதிர்கொள்வதுதானே உண்மையான ஆற்றல். கவிஞர் கீட்ஸ் சொன்ன Negative Capability என்பது அதுதானே! அந்த ஆற்றல் சில்வியாவுக்கு இருந்தது. எனவே வெற்றி பெற்றார். Teacher கல்வி உலகின் முக்கிய மைல்கல் ஆனது.

குழந்தைகளின் உள்உலகத்துக்கும், வகுப்பறைக்கும் ஒரு பாலமாகக் கற்கும் சொற்கள் இருக்க வேண்டும் என்பது சில்வியா கருத்து.

குழந்தைகளின் உள்உலகத்தில் படைப்பாற்றலும் இருந்தது; சிதைவுகளும் கிடந்தன. இரண்டும் அவர்கள் சொன்ன வார்த்தைகளில் இருந்தன.

அவர்கள் சொன்ன வார்த்தைகளில் இருந்தே பாடம் தொடங்கியது.

அவர்கள் சொன்ன ஆரம்ப வார்த்தைகளில் பயமும் பாலுணர்வுமே (Sex and Fear) நிரம்பிக் கிடந்ததாக சில்வியா கூறுகிறார்.

மாவோரி பிஞ்சுக் குழந்தைகள் தொடக்கத்தில் திரும்பத் திரும்பச் சொன்ன வார்த்தைகள் இரண்டு. அவை: பேய், முத்தம். அவ்வப்போது தந்தையைப் பார்த்துத் தெரிந்து கொண்ட வார்த்தை: குடி. குழந்தைகளின் உள் உலக வார்த்தைகளில் தவிர்க்க முடியாதபடி அம்மா, அப்பாவும் இடம் பெற்றிருந்தார்கள்.

குழந்தைகள் சொன்ன வார்த்தைகளில் இருந்தே ஒவ்வொரு நாள் பாடமும் தொடங்கியது.

இது ஒரு நாள் வகுப்பு:

மாணவனிடம் ஒரு சொல் கேட்கிறார்.

அவன் சொல்கிறான்: ஜெட்.

உடனே 'ஜெட்' என்று போர்டில் எழுதுகிறார் ஆசிரியர்.

அடுத்து மாணவி. வீடு என்கிறாள். வீடு போர்டுக்குப் போகிறது.

அடுத்து மாணவன். முரட்டு வார்த்தைகளில் பேசக் கூடியவன். குண்டு (Bomb) என்கிறான். வகுப்பு திகைக்கிறது. ஆசிரியர் திகைக்கவில்லை. மற்றொரு சந்தர்ப்பத்தில் அவன் கத்தி என்கிறான். குடும்பத்தில் சித்திரவதைகளை அனுபவிப்பவன் அவன். அவனிடம் வேறு வார்த்தைகள் இல்லை.

காத்திருக்கிறார் ஆசிரியர். குழந்தைகளின் வார்த்தை உலகம் படிப்படியாக விரிவடைகிறது. வியக்கும் அளவு விரிவடைகிறது. ஆசிரியர் சில்வியாவின் பொறுமைக்குக் கிடைத்த வெற்றி இது.

உயிரோட்டமான கற்பித்தல் (Organic teaching), மாணவர்களின் வார்த்தை உலகம் (Key Vocabulary) போன்ற சிந்தனைகள் பரவலாகப் பேசப்பட்டது Teacher க்குப் பிறகுதான்.

***

அறஞ் செய்ய விரும்பு என்றும் ஓதாமல் ஒரு நாளும் இருக்க வேண்டாம் என்றும் குழந்தைகளுக்குப் புத்தி சொல்லும் கல்வியை வடிவமைத்தவர் நாம். புத்தி சொல்லும் கல்வியில் இருந்து விலகி, குழந்தைகள் பங்கேற்கும் கல்வியை நோக்கிப் போகவேண்டிய தருணம் இது.

தேவையானது- ஒன்றை விலக்கி ஒன்றைத் திணிக்கும் கல்வியல்ல. தேவையானது ஒரு பாலம். குழந்தைகள் சுலபமாய் நடப்பதற்கான பாலம்!

3
வகுப்பறை மோதல்கள்

எங்கள் காலத்து மோதல்கள் ஞாபகத்துக்கு வருகின்றன.

படித்த பள்ளி பெரிய பள்ளி. அரசுப் பள்ளி. ஏறக்குறைய 1500 மாணவர்கள். கூடி வாழ்ந்தோம் என்றுதான் சொல்லவேண்டும். கவிஞர் மு.மேத்தா மாணவர் தலைவர் தேர்தலில் நின்றார். முஸ்லீம் எதிர்ப்புப் பிரச்சாரம் மெல்ல எழும்பிப் பிசுபிசுத்தது. சக மாணவர்களின் அமோக ஆதரவுடன் மு.மேத்தா ஜெயித்தார்.

1960களின் பின்பகுதியில் நான் கல்லூரி மாணவன். சண்டைகள் மெல்லத் தொடங்கிய காலம்.

கலைப்படிப்புகள் நிறமிழந்த காலமும் கூட. குறிப்பாக - வரலாறும் பொருளாதாரமும். அறிவியல் (கணிதம், வேதியியல், இயற்பியல்) படித்த மாணவர்களுக்குக் கலைப் பாடங்கள் மீது ஓர் இளக்காரப் பார்வை இருந்தது. சண்டைகளும் வந்தன- கேலிப் பேச்சில் தொடங்கிக் கைகலப்பில் முடிந்த சண்டைகள்!

படிப்பு தொடர்பான சண்டை சிறிய அளவில் இருக்கும். கலிங்கத்துப் போர் போல எப்போதாவது விசும்பி நிற்கும்- விளையாடப் போன இடத்தில் இரண்டு கல்லூரி மாணவர்களுக்கு இடையே திரளும் சண்டை!

தற்செயலான சண்டைகள் அவை. தூண்டப்பட்ட வெறுப்பும் இல்லை; வெறியும் இல்லை.

படித்து முடித்து நான் கல்லூரி ஆசிரியரான போது, படிப்பு தொடர்பான கேலிகளும் சண்டைகளும் ஓரளவு ஓய்ந்து போயின. அறிவியல் படிப்புகளே நிறமிழந்து வெளிறிப் போன நேரம் அது! யாரைக் கேலி செய்ய? யாரோடு சண்டை போட?

19

அதே நேரம், 'வெறுப்பு தூண்டிய சண்டைகளும்' நாங்கள் சற்றும் எதிர்பாராதபடி தொடங்கி விட்டன.

ஒரு நாள் நள்ளிரவில் சில மாணவர்கள் பதற்றத்தோடு வந்து வீட்டுக் கதவைத் தட்டினார்கள். "ஹாஸ்டலுக்கு வாங்க சார்! பெரிய சண்டை" என்று கூப்பிட்டார்கள்.

ஓடினோம். பார்த்த காட்சி பதற வைத்த காட்சி. மாணவர்கள் சிலர் ரத்த வெள்ளத்தில்! விடுதியின் ஒரு பகுதி எரிந்து கொண்டிருந்தது.

'என்னப்பா?' என்றோம்.

'சாதிச் சண்டை சார்!' என்றார்கள்.

நள்ளிரவில் விடுதியில் குவிந்த ஆசிரியர்கள் திகைத்துப் போனோம். இது நாங்கள் சற்றும் எதிர்பாராத சண்டை!

நாம் வேறு- அவர்கள் வேறு என்று பிளவுபடுத்துவதும், வெறுப்பை விதைப்பதும் நாளுக்கு நாள் கூடி வருவதும் புரிந்தது.

இது எங்களுக்குப் பாடங்களில் கிடைக்காத பாடம்!

***

ஏராளமான வித்தியாசங்களுடன் நாம் கூடி வாழ்கிறோம். 'பண்பாட்டு முரண்கள்' உலகம் பூராவும் இருக்கின்றன.

விசேச நேரங்களில், இடது கால் எடுத்து வைத்து வீட்டுக்குள் நுழைந்தால், வீட்டின் பெரியவர்களுக்கு நெஞ்சு அடைத்து விடுகிறது.

யாரிடம் இருந்தாவது குழந்தைகள் பரிசுப் பொருள்களை தங்கள் இடது கையில் வாங்கினால், 'அந்தக் கை' 'அந்தக் கை' என்று வலது கையைச் சுட்டிக் காட்டிப் பெற்றோர் கூவுகிறார்கள்.

இடது கை, இடது கால் குறித்த அவமதிப்பும் பதற்றமும் மேற்கு நாடுகளில் இல்லை என்று அங்கு படிக்கப் போன மாணவர்கள் கூறுகிறார்கள்.

இடத்துக்கு இடம் வித்தியாசங்களுக்கா பஞ்சம்? இருந்தாலும் நாம் இணங்கி வாழ்கிறோம். மனிதம் நம்மைக் கட்டிச் சேர்க்கிறது.

நாம் வாசிக்க வேண்டிய ஒரு புத்தகம்தான்- *Other People's Children*.

ஆசிரியர் லிசா டெல்பிட் அமெரிக்கக் கல்வியாளர்.

அமெரிக்காவில் கறுப்பு - வெள்ளைப் பாகுபாடு ஒழிந்தது போலவும் இருக்கும்; அடி மனதில் தங்கியும் கிடக்கும். சந்தர்ப்பம் பார்த்துத் தலைதூக்கும். அந்தப் பாகுபாடு உண்டாக்கும் வருத்தம்தான் இப்புத்தகத்தின் ஆதாரம்.

"இது நாம் கனவு கண்ட தேசமல்ல; நிறம் கறுத்தவர்களும், வறுமைப்பட்டவர்களும் (*Darker and Poorer*) பெரும் புறக்கணிப்புக்கு உள்ளாகும் தேசம் இது" என்கிறார் லிசா.

வகுப்பறையின் இன்றைய சூழல் என்ன?

வேறுபட்ட இனம் (இங்கு சாதி), மதம், சமூக பொருளாதார நிலை கொண்ட குழந்தைகள் ஒவ்வொரு வகுப்பறையிலும் சேர்ந்து படிக்கிறார்கள். அப்படியானால் வகுப்பறையின் கடமை என்ன?

பன்மையைப் புரிந்து கொள்வதுதான் முதல் கடமை; பாடத்தைப் புரிந்து கொள்வது அடுத்துத்தான்.

இந்தக் கடமையை நிறைவு செய்வதில், ஆசிரியர்களுக்கு முக்கிய பங்கு இருக்கிறது என்கிறார் லிசா. அதன் பொருட்டு, வரலாற்றுச் சிறப்புமிக்க ஒரு கடிதத்தை நம்முடன் பகிர்ந்து கொள்கிறார்.

யூதர்களைக் கொல்ல நாஜிகள் உருவாக்கிய வதைமுகாமில் தப்பிப் பிழைத்த தலைமை ஆசிரியர் ஒருவர் எழுதியதாகக் கருதப்படும் கடிதம் அது. ஆசிரியர்களை நோக்கிப் பேசும் கடிதம்!

" யூதர்களைக் கொல்ல விசவாயுக் கலன்களை உண்டாக்கியவர்கள்- படித்த இன்சினீயர்கள்!

யூதக் குழந்தைகளை (ஏறக்குறைய 15 லட்சம் பேர்) விசம் ஊட்டிக் கொன்றவர்கள் - படித்த டாக்டர்கள்!

யூதப் பெண்களை இரக்கமின்றி வீதியில் சுட்டுக் கொன்றவர்களில் பலர் படித்த பட்டதாரிகள்!

கல்வியின் மீது எனக்குச் சந்தேகம் உண்டாகிறது (I am suspicious of education).

ஆசிரியர்களே! உங்களிடம் படிக்கும் குழந்தைகளை நல்ல மனிதர்களாக (human) உருவாக்குங்கள்.

வாசிப்பது, எழுதுவதை விட முக்கியமானது - மனிதனாவது!" என்கிறது கடிதம்.

***

கல்வி வளர, வளர சாதி மதப் பிடிமானம் போன்ற 'குரூரங்கள்' இளகிப் போக வேண்டும்.

அப்படி நடக்கிறதா?

கல்விக் கூடங்கள் பெருகப் பெருக, சாதி, மத வன்முறைகளும் கூடி வருகின்றன.

சாதி ஆணவப் படுகொலைகள்- ஓர் உதாரணம்.

சாதிக் கயிறுகள் இன்று கல்விக் கூடங்களின் கழுத்தை நெரிக்கின்றன- குறிப்பாகத் தமிழகத்தின் தென் மாவட்டங்களில்.

உயர் சாதியினர் எனத் தங்களைக் கருதிக் கொள்ளும் பள்ளிப் பிள்ளைகள்தான் கைகளில் சாதி அடையாளக் கயிறு கட்டி வந்து இந்த அவமானத்தைத் தொடங்கி வைத்தனர். இன்று ஒவ்வொரு சாதிக்கும் ஒரு கயிறு! சமீபத்தில் ஒரு கொலையிலும் முடிந்திருக்கிறது - சாதிக் கயிறு விவகாரம். அறிவியலும் கணிதமும் வாயடைத்து நிற்கின்றன. தேர்வோடு முடிந்து போகும் உறவு அது. வாழ்க்கைக்கும் அறிவியலுக்கும் சம்பந்தமில்லை!...

நம்மைப் பிரித்து முட்டவிடும் கைகள் நீண்டு நீண்டு நெருங்கி வருகின்றன - நம் சாதி, நம் மதம், நம் தேசம் என்ற போதை தரும் கூச்சல்களுடன்.

அரவணைக்கும் கைகள் வேண்டும். பன்மையைப் புரிந்து கொண்டு அரவணைக்கும் கைகள்!

கல்விக் கூடங்களில் இருந்துதான் அவை புறப்பட வேண்டும்.

அதுதானே கல்விக்குப் பெருமை...

4
தவறவிட்ட குரல்கள்

'மாசாய்' என்பவர்கள் கிழக்கு ஆப்பிரிக்காவின் பூர்வீகக் குடிகள். உடல்வலிமை மிக்கவர்கள். போர் வீரர்களாக இருந்தவர்கள். ஒரு சமயம் கிழக்கு ஆப்பிரிக்காவின் பெரும் பகுதியை ஆட்சி செய்தவர்கள். இன்று வலிமை ஒடுங்கி, உடல் உழைப்பாளிகளாய், கென்யாவிலும் டான்சானியாவிலும் வசிக்கின்றனர். மாசாய் மக்கள் சொன்ன நாட்டுப்புறக் கதைகளில் ஒன்று இது:

ஒரு கம்பளிப் பூச்சி, மெல்ல மெல்ல ஊர்ந்து முயல் ஒன்றின் வீட்டுக்குள் நுழைந்தது. பத்திரமாக ஓரிடத்தில் பதுங்கிக் கொண்டது.

முயல் வீடு திரும்பிய போது, யாரோ வீட்டுக்குள் நுழைந்த தடம் தெரிந்தது. யாராய் இருக்கும்? 'யார் என் வீட்டுக்குள்?' என்று கேட்டது முயல். கம்பளிப் பூச்சி சுதாரித்தது. தன்னைக் காப்பாற்றிக் கொள்ள வேண்டுமே! எந்த விலங்கும் ஒரு மிதி மிதித்தால் கம்பளிப் பூச்சி காலி! சரி! என்ன செய்தது கம்பளிப் பூச்சி? மறைவிடத்தில் இருந்து கம்பளிப் பூச்சி பேசியது. பெருங் குரலில் பேசியது." நானா? நான்தான் காண்டாமிருகங்களையும் யானைகளையும் அடித்துத் துவம்சம் செய்தவன்!"

கர்ண கடூரமான குரல். நம்பத்தான் வேண்டும். முயல் பயந்து ஓடியது. ஓடிப் போய் ஒரு குள்ளநரியைக் கூட்டி வந்தது. குள்ள நரிக்கும் அதே பதில்! அதே குரல்! நரியும் அடித்துப் பிடித்து ஓடியது.

அடுத்து ஒரு சிறுத்தை… அடுத்து ஒரு யானை… "யார் என் நண்பனின் வீட்டில்?"

கம்பளிப் பூச்சியிடம் இருந்து அதே பதில்! அதே குரல்! "நான்தான் காண்டா மிருகங்களையும் யானைகளையும் அடித்துத் துவம்சம் செய்தவன்."

பெரிய பெரிய விலங்குகள் எல்லாம் ஓட்டம் பிடித்தன. முயலுக்குத் துணையாக நிற்க ஒரு விலங்கும் இல்லை.

கடைசியாக ஒரு தவளை வந்தது. அதற்கு மரண பயம் இல்லை. மரணம் எந்த நேரமும் வரக் கூடியதுதான்!

குரல் வந்த திசை நோக்கி தவளை தத்தித் தத்தி வந்தது. இன்னும் சில நொடிகளில் கம்பளிப் பூச்சியைக் கண்டு பிடித்து விடும்.

வெளியேற வேண்டிய நேரம் வந்தது. பதுங்கிய இடத்தில் இருந்து கம்பளிப் பூச்சி வெளியேறியது. ஊர்ந்து ஊர்ந்து குடிசையை விட்டு வெளியேறியது.

குடிசைக்கு வெளியே விலங்குகளின் கூட்டம். கம்பளிப் பூச்சியைப் பார்த்தன. சத்தமிட்டுச் சிரித்தன. அட! இதுதானா நம்மைப் பயமுறுத்தியது?...

சிரிக்கட்டும். அவை சிரித்துக் கொண்டிருந்தபோதே, கம்பளிப் பூச்சி மெல்ல மெல்ல ஊர்ந்து மறைந்தது.

சரி! கதை என்ன சொல்கிறது?

"பெருங்குரல் எடுத்துப் பேசினால், பிறர் கவனிக்கிறார்கள்; நம்புகிறார்கள்; பயப்படுகிறார்கள். மெலிந்த குரல் என்றால் சட்டை செய்ய மாட்டார்கள்."

***

சமீபத்தில் மனதை உலுக்கிய செய்தி இது. அரசியல் செய்திகளுக்குள் சிக்கிச் சிக்கிச் சற்று நேரத்தில் காணாமல் போனது.

"கழிவுநீர்த் தொட்டியைச் சுத்தம் செய்த போது விசவாயு தாக்கி கையால் மலம் சுத்தம் செய்யும் தொழிலாளிகள் (Manual scavenging) நான்கு பேர் ஹரியானாவில் சாவு." இந்த ஆகஸ்டில்தான் இது நடந்தது.

'மலக்குழி மரணங்கள்' என்று பத்திரிகைகள் இது பற்றிக் குறிப்பிடுகின்றன. கடந்த 5 ஆண்டுகளில் மட்டும் 330 மலக்குழி மரணங்கள் இந்தியாவில் நிகழ்ந்திருக்கின்றன. இவற்றை 'விபத்துகள்' என்று சொல்லித் தப்பிக்கப் பார்ப்போம். நம்மிடம் வார்த்தைகளா இல்லை?... அது சரி! பொய்யும் அலங்காரமும் நிறைந்த நம் வார்த்தைகளா முக்கியம்?

ஒடுக்கப்பட்டோரின் குரலும் வார்த்தைகளும் முக்கியம். விம்மும் குரல்கள்! வெடித்துச் சிதறும் வார்த்தைகள்! அவற்றைப் பதிவு செய்திருக்கும் நூல் - Unheard Voices.

இதன் ஆசிரியர் ஹர்ஸ் மந்தர் முன்னாள் ஐ.ஏ.எஸ் அதிகாரி. உரிமைக்காகப் போராடும் மக்களின் துணையாக இன்றுவரை களத்தில் நிற்பவர்.

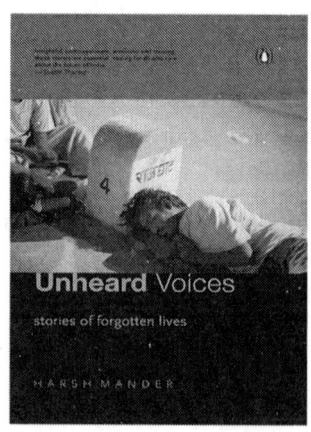

26

மேடைகளிலும் மீடியாக்களிலும் நாம் கேட்காத குரல்கள் இவை. நாராயணம்மாவின் குரல் ஓர் உதாரணம்.

நாராயணம்மா ஆந்திராவைச் சேர்ந்தவர். கையால் மலம் அள்ளும் தொழிலாளி. மலத்தின் வாசனை, எந்நேரமும் இத் தொழிலாளிகளை ஒட்டிக் கொண்டிருக்கும். சேலையில்... தலைமுடியில்... முகத்தில்... மூச்சுக்காற்றில்! தப்பிக்க அவர்களுக்குத் தெரிந்த ஒரே வழி வெற்றிலையை மெல்லுவதுதான். நாராயணம்மா எந்த நேரமும் வெற்றிலையை மெல்லுபவர்.

மலம் அள்ளும் தொழிலாளிகளை யாரும் பெயர் சொல்லிக் கூப்பிடுவது கிடையாது. 'ஏய்! முனிசிபாலிடி!' என்றுதான் கூப்பிடுகிறார்கள்.

டீக்கடைகளில் பெஞ்சில் உட்கார்ந்து அவர்கள் டீ குடித்தது கிடையாது. தரையில்தான் உட்கார்வார்கள். அவர்கள் குடிப்பதற்கு தனி கிளாஸ்! நுனி உடைந்த டீ கப்புகள்!

'பக்கி' என்ற சாதியைச் சேர்ந்தவர்கள் மட்டும் ஆந்திராவில் கையால் மலம் அள்ளுகிறார்கள். சாதி அடுக்கில் கட்டக் கடைசியில் உள்ள சாதி அது. நாராயணம்மாவும் 'பக்கி'தான். அவர்கள் வசிக்கும் காலனியின் பெயர் 'அம்பேத்கர் நகர்'.

3 வயதுக் குழந்தையாக இருந்தபோது, நாராயணம்மா தாயை இழந்தார். மூத்த சகோதரி பெத்தக்காவுடன் சேர்ந்து மலம் அள்ளும் வேலைக்குச் சென்றபோது நாராயணம்மாவின் வயது ஏழு. நாராயணம்மாவுக்குத் திருமணம் ஆனபோது வயது 13. பெத்தக்கா தன் கணவனுக்கே இரண்டாம் தாரமாக நாராயணம்மாவைக் கட்டி வைத்தார். கட்டி வைத்த சில ஆண்டுகளில் பெத்தக்கா 'வாய் கேன்சர்' வந்து இறந்தார். மலத்தின் வாசனையில் இருந்து தப்பிக்க, ஓயாமல் வெற்றிலை மெல்லும் அத் தொழிலாளிகள் 'வாய் கேன்சரில்' சிக்கிக் கொள்வது இன்று வரை உள்ள யதார்த்தம்.

நாராயணம்மாவின் வாழ்வில் சிறு வெளிச்சம் பிறந்தது- அவர்களுக்காகச் சங்கம் உருவானபோது. பயம் கொண்ட குரல் இப்போது இல்லை. சங்கம் பலம் கொண்ட குரலில் பேசியது- அவர்களுக்கான உரிமைகளையும், மலம் அள்ளுவதை விட்டு விட்டு அவர்கள் தொடர வேண்டிய மாற்றுப் பணிகளையும்...

நாராயணம்மா குரலிலும் வலு ஏறியது. ‘இந்த வேலையைச் செய்வதற்கு நீங்கள் வெட்கப்பட வில்லையா?’ என்று கேட்டவர்க்கெல்லாம் நாராயணம்மா வெடிப்புறச் சொன்ன பதில் இதுதான்: “நான் ஏன் வெட்கப்படணும்? இத்தனை காலம் என்னை இந்த வேலையைச் செய்யச் சொன்னவர்கள்தான் வெட்கப்படணும்!”

***

வகுப்பறையில் வெற்றி பெறும் குரல்கள் எவை? பணிவான குரல்கள்.. பாடம் சார்ந்த குரல்கள் - இவையே வெற்றி பெறுகின்றன. வகுப்பறையின் கண்ணும் காதும் அப்படி!

கலந்துரையாடலில் ஒரு முறை ஆசிரியர் ஒருவர் சொன்னார்:

“கிராமத்து மாணவன்; படிப்பு சுமார். முக்கியமா குரல் காட்டான் குரல். ‘எருமை’ன்னுதான் அவன மனசுக்குள்ள நெனப்பேன். மத்த வாத்தியார்கள் கிட்டேயும் அவனப் பத்தி அப்படித்தான் பேசுவேன். பாருங்க ஒரு நா சாயந்திரம் வீட்டுக்கு டூவீலர்ல போறப்ப ஒரு வேன்காரன் உரசீட்டான். ரோட்டோரமா விழுந்திட்டேன். பெரிய காயம் இல்ல. ஆனா ரொம்ப திகைச்சுப் போயிட்டேன். அந்த நேரம் சைக்கிள்ல வந்த ‘இந்தக் காட்டான்தான்’ என்னை ஆஸ்பத்திரிக்குக் கூட்டீட்டுப் போனான். ஆஸ்பத்திரியில கூடவே இருந்தான். வீடு வரைக்கும் கொண்டு வந்து விட்டான். ‘எப்பிடி சார் இருக்கீங்க? எப்பிடி சார் இருக்கீங்க?’ன்னு தினம் ஓயாமல் விசாரிக்கிறான். இவனா சார் எருமை? இவன் ‘தங்கம்’ சார்.”

குரல் தளுதளுத்துக் கூச்சலிட்டார் ஆசிரியர்.

இது இப்படித்தான் என்று நாம் அடையாளப்படுத்தி வைத்திருக்கும் குரல்களின் மற்றொரு பக்கத்தைக் கேட்கும் போதெல்லாம் நாத் தளுதளுக்கிறது. கூச்சலிடத் தோன்றுகிறது...

5

ஆயிஷா சிரிக்க வேண்டாமா?

அப்பாவின் நாள் *(Abba's Day)*- ஐந்து நிமிடத்தில் வாசித்துவிடக் கூடிய குழந்தைக் கதைப் புத்தகம்தான். (புத்தகத்தின் ஆசிரியர் சுனைனா அலி)

ஆயிஷா- சின்னஞ் சிறுமி. அவள்தான் புத்தகத்தில் பேசுகிறாள்.

ஞாயிற்றுக் கிழமை வந்துவிட்டால் ஆயிஷாவுக்குக் கொண்டாட்டம். அது - அப்பாவின் நாள்.

காலை. அப்பா ஆயிஷாவை எழுப்பி விடுகிறார். ஆயிஷா பக்கத்தில் நின்றால்தான் அப்பா சுறுசுறுப்பாக வேலை செய்வார்.

அப்பாவும் ஆயிஷாவும் சமையல் கட்டில் நுழைந்து 'மசாலா டீ' தயாரிக்கிறார்கள். தயாரித்த டீயைப் பேப்பர் படித்துக் கொண்டிருக்கும் அம்மாவிடம் தருகிறாள் ஆயிஷா. டீயைக் குடித்து விட்டு ஓ! என்று பாராட்டுகிறார் அம்மா. ஆயிஷாவுக்குச் சிரிப்பு!

மூவரும் சேர்ந்து கடைக்குப் போகிறார்கள். ஆயிஷாவுக்கு அது இன்னொரு குதூகலம். ஞாயிற்றுக் கிழமைதான் அந்தக் குதூகலம் சாத்தியம்!

கடையில் இருந்து திரும்பியதும் அப்பா சமையல்கட்டுக்குள் நுழைகிறார். இன்று சமையல் அவர் பொறுப்பு!

ஆயிஷாவும் அம்மாவும் தூசி தட்டி வீட்டைச் சுத்தம் செய்கிறார்கள். வீட்டைச் சுத்தம் செய்யும்போதும் சலிப்பு எதுவும் இல்லை. ஆயிஷாவுக்கும் அம்மாவுக்கும் ஒரே சிரிப்புதான்.

புத்தகம் பேசுவது இவ்வளவுதான். இவ்வளவுதானா?

ஆம்! புத்தகத்தின் பேச்சு இவ்வளவுதான்.

புத்தகம் காட்டும் காட்சிதான் வாசிப்பவர்களிடம் பேச்சைத் திறந்து விடுகிறது.

ஆயிஷா - இயல்பாக நடக்கமுடியாத சிறுமி. ஊன்றுகோல் கொண்டுதான் நடக்கிறாள்.

திங்கள்கிழமை பிறந்துவிட்டால் சக்கர நாற்காலியில் உட்கார்ந்து பள்ளிக்கூடம் போவாள்.

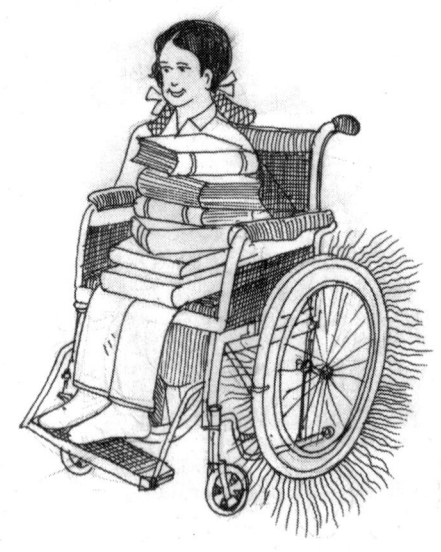

புத்தகம் இதைப் பற்றி ஒரு வார்த்தையும் பேசவில்லை. புத்தகத்தின் கடைசியில் ஓவியத்தில் இதைக் காட்டுகிறது.

புத்தகம் முழுக்க ஆயிஷாவின் சிரிப்பு. வாசிப்பவர்களுக்குச் சிரிப்போடு சேர்த்து மெல்லிதாய்க் கண்ணீர்...

இவர் ஆயிஷாவின் அம்மா... இவர் ஆயிஷாவின் அப்பா... இது ஆயிஷாவின் வீடு... இது ஆயிஷாவின் ஞாயிற்றுக் கிழமை!

நல்லது. தினசரி சிரத்தை எடுத்து, சக்கர நாற்காலி ஏறிப் படிக்கப் போகிறாளே! அந்த வகுப்பறை யாருக்கானது? ஆயிஷாவுக்கானதா?...

***

அனைத்துக் குழந்தைகளையும் உள்ளடக்கிய கல்வி *(Inclusive Education)*- குறித்த பேச்சு இல்லாமல் கல்வி பற்றிய உரையாடல் இன்று நிறைவு பெறாது.

பார்வையின்மை, காது கேளாமை, குளறிய பேச்சு, கைகால்கள் செயலிழப்பு, தடுமாறும் மனநிலை - போன்ற குறைபாடுகள் உள்ள குழந்தைகளைப் பார்த்தபோது, 'இது கடவுளின் சாபம்' என்று முடிவு கட்டிப் பேசிய சமூகம் முன்னர் ஒரு சமயம் இருந்தது.

1887-இல் அமிர்தசரசில் கிறிஸ்தவ மிஷனரியால் தொடங்கப்பட்ட முதல் சிறப்புப் பள்ளிதான் *(Special school)* பழமைவாதத்தின் பார்வையைத் தகர்த்தது.

தடுமாற்றம் தரும் குறைபாடுகளைக் குழந்தைகள் கொண்டிருப்பது- கடவுளின் சாபமும் அல்ல; அந்தந்தக் குழந்தைகளின் விதியும் அல்ல; சமூகம் பொறுப்பேற்றுத் தீர்வு காணவேண்டிய பிரச்சினை அது - என்று புரிய வைத்த தொடக்கம் அது.

குழந்தைகள் மீது அப்பிக் கிடந்த எதிர்மறை அடையாளங்களை *(Negative Labels)* நீக்கியதுதான் உள்ளடக்கிய கல்வி *(Inclusive Education)* எடுத்து வைத்த முதல் எட்டு.

குழந்தையின் ஒரு பகுதியைப் பார்த்து விட்டுப் புலம்புவதும் கலங்குவதும் நின்று.. முழுக் குழந்தையைக் *(Whole Child)* காண்பதற்கான தேடல் தொடங்கியதும் *inclusive education* தந்த விழிப்புணர்வில்தான்.

ஒரு குழந்தையும் விடுபட்டுப் போகாமல் கல்வியில் இணைப்பது (inclusion) என்பது வெற்று வார்த்தை அல்ல; மிதந்து வழியும் கருணையும் அல்ல.

அது சமூக நீதி; அது மனித உரிமை.

கைவிடுவதும் விலக்கி வைப்பதும் சுலபம்; அவை கையாலாத்தனங்கள்.

இணைப்பதில்தான் அன்பும் இருக்கிறது; அறிவின் ஆற்றலும் இருக்கிறது.

உள்ளடக்கிய கல்வியின் வரலாற்றையும் அடிப்படையையும் புரிந்து கொள்ளப் பல நூல்கள் வந்திருக்கின்றன. வாசிக்கச் சுலபமான நூல்களில் ஒன்று - Neena Dash எழுதிய Inclusive Education (The Children with Special Needs) என்னும் புத்தகம். 'An Inclusive School is a democracy' என்று உரக்கச் சொல்லும் புத்தகம் அது.

***

தடுமாறுபவர்களைத் தவிர்க்கும் வகுப்பறைப் பாகுபாடு நாம் அறிந்ததுதான். ஒற்றைத் தன்மையின் மீதான விருப்பம்தான் பாகுபாடுகளின் தொடக்கம். அந்த விருப்பம் வகுப்பறைக்கு இருக்கிறது. தடம் மாறாமல் ஆசிரியர் போட்ட பாதையில் உடன் வரும் மாணவர்களைக் கண்டால் வகுப்பறையின் உள்ளம் குளிர்கிறது.

முழுக் குழந்தையை எந்த வகுப்பறையாவது பார்த்திருக்கிறதா? வித்தியாசங்கள் இயல்பானவை என்று வகுப்பறை புரிந்து கொண்டிருக்கிறதா? வித்தியாசங்களை அங்கீகரித்திருக்கிறதா? கேள்விகளை அடுக்கிப் பயனில்லை. வகுப்பறை தேர்வு எழுதுவதில்லை. மாணவர்கள் மட்டுமே எழுதுகிறார்கள்...

பொது வகுப்பறைகளில் இன்று சிறப்புக் குழந்தைகளையும் (Special Children) பார்க்கிறோம். இத்துடன் நம் கடமை முடிந்து விட்டதா?

சிறப்புக் குழந்தைகளுக்கான பாடத் திட்டம், சிறப்புக் குழந்தைகளுக்கான கற்பித்தல் முறை, சிறப்புக் குழந்தைகள் வெளிப்படுவதற்கான வாய்ப்பு- இவற்றில் என்ன முன்னேற்றம் நாம் கண்டிருக்கிறோம்?

இருக்கிற வகுப்பறையில் குழந்தைகளைப் பொருத்துவது அல்ல நம் வேலை; குழந்தைகளுக்கேற்ற வகுப்பறையை உருவாக்குவதுதான் நம் வேலை. இது செய்தாக வேண்டிய சமூகக் கடமை; வகுப்பறையின் கூடுதல் சுமை அல்ல!

அதோ! ஆயிஷா சக்கர நாற்காலியில் பள்ளிக்கு வருகிறாள். சிரிக்கும் குழந்தை அது! அவள் சிரித்து மகிழ்ந்திருக்கும் வாய்ப்பை வகுப்பறை தருமா?...

6
காடுகளும் பாதைகளும்

நாட்டுப்புறக் கதைகளில் வருபவை - அடர்ந்த இருண்ட காடுகள்!

தந்திரமாகவும் வன்மமாகவும் அந்தக் காடுகளுக்குள் கொண்டு போய் விடப்படுபவர்கள் - அநேகமாகப் பெண்கள்தான். சின்னஞ் சிறுமிகள்... அல்லது இளம் வயதுப் பெண்கள்!

அந்தக் காடுகளின் இருட்டுக்குள் விடப்பட்ட பெண்கள் அழிந்து விடவில்லை. காடுகளுக்குள் அவர்கள் புதிய பாதைகளைப் பார்க்கிறார்கள்; புதிய உறவுகளைக் கண்டு பிடிக்கிறார்கள்.

சீனாவின் மிகப் பழமையான நாட்டுப்புறக் கதை இது.

தகப்பன் கல்நெஞ்சன்; தாய்க்கு இளகிய மனது. அவர்களுக்கு ஏழு பெண் குழந்தைகள்.

சாப்பாட்டுக்குத் திண்டாட்டமான குடும்பம்.

ஒரு முன்னிரவில், தகப்பன் கையில் காட்டு வாத்து முட்டைகள் ஏழு சிக்குகின்றன. வீட்டுக்குக் கொண்டு வருகிறான். பிள்ளைகள் தூங்கி விட்டார்கள். மனைவி கையில் ஏழு முட்டைகளைத் தருகிறான். 'அவித்து வை. நாம் இரண்டு பேரும் சாப்பிடுவோம். கொஞ்சம் வெளியே போய் வருகிறேன்' என்கிறான்.

சரி என்கிறாள் மனைவி. அவள் தாயும் அல்லவா?...

அடுப்பெரியும் சத்தம் கேட்டு மூத்த பெண் கண் விழிக்கிறாள். 'என்னம்மா?' என்கிறாள். மறைக்க முடியுமா? ஒரு முட்டையை எடுத்து மகளிடம் தருகிறாள். மகள் அதை உண்கிறாள். திரும்பத் தூங்குகிறாள்.

இப்படி வரிசையாக, மகள்கள் ஒவ்வொருவராக எழுகிறார்கள். ஒவ்வொருவர்க்கும் ஒரு முட்டை. ஏழு முட்டையும் காலி!

இரவில் வீடு வருகிறான் தகப்பன். விசயம் அறிந்து குதிக்கிறான். 'பிள்ளைகளைக் கொல்லப் போகிறேன்' என்கிறான். தாய் கையெடுத்துக் கும்பிட்டு 'வேண்டாம்!' என்கிறாள்.

காட்டில் விட்டு வருகிறேன் என்கிறான் முடிவாக. இனித் தடுக்க முடியாது.

நள்ளிரவில் பிள்ளைகளை எழுப்புகிறான். ஊருக்குப் போகலாம் என்கிறான். திகைக்கிறார்கள் பிள்ளைகள். தர தர என்று அவர்களை இழுத்துக் கொண்டு நடக்கிறான். தூக்கக் கலக்கத்திலும் அப்பிய இருளிலும் தடுமாறுகிறார்கள் பிள்ளைகள்.

ஒரு காட்டின் நடுவே பிள்ளைகளை விட்டுவிட்டுத் தகப்பன் தந்திரமாக நழுவுகிறான்.

பிள்ளைகள் முதலில் பயந்து தவிக்கிறார்கள். பிறகு கைகோர்த்துக் கொள்கிறார்கள்.

அழுவதா தீர்வு? நடப்பதுதான் தீர்வு.

நடக்கிறார்கள். சிறிய பாதை தெரிகிறது. தொடர்ந்து நடக்கிறார்கள். ஒரு வெளிச்சம் கண்ணில் படுகிறது. வெளிச்சத்தை நாடிச் செல்கிறார்கள். வெளிச்சம் புறப்பட்டு வருவது ஒரு சிறிய குகையில் இருந்து. குகைக்குள் குனிந்து நுழைகிறார்கள். குகை நிறைய வைரங்கள்! சிந்திச் சிதறிக் கிடக்கின்றன.

கதை போதும். முடிவு தெரியும். தகப்பன் வந்து ஒட்டிக் கொள்வான். பிள்ளைகளை வீட்டுக்கு அழைத்துப் போவான் வைரங்களுடன்.

இருண்ட காட்டில் தகப்பன் தவிக்க விட்டுப் போன பிள்ளைகள் பாதையைக் கண்டுபிடித்ததுதான் நமக்கு முக்கியம்.

Snow White கதை யாருக்குத்தான் தெரியாது? உலகம் பூராவும் வாசித்த கதை!

பொறாமை கொண்ட மாற்றாந்தாயால் காட்டில் விடப்பட்டவள் அவள். 'சாகட்டும்' என்று விடுகிறாள் மாற்றாந்தாய். ஆனால்,

35

Snow White சாகவில்லை. புதிய பாதைகளையும் பார்க்கிறாள்; புதிய உறவுகளையும் பெறுகிறாள். 'ஏழு சித்திரக் குள்ளர்கள்' அவளின் புதிய உறவு.

Snow White கதையைப் பல ஆண்டுகளுக்கு முன் வாசிக்கையில், அவள் சித்திரக் குள்ளர்களின் இருப்பிடத்தைச் சுத்தம் செய்ததையும், அவர்களுக்கு உணவு சமைத்துத் தந்ததையும் மட்டுமே படித்தேன். இப்போது புரட்டுகையில் புதிய காட்சிகளைக் காண்கிறேன். Snow White குள்ளர்களுக்குப் புத்தகம் வாசிக்கிறாள். இது நிச்சயம் புதிய திருப்பம்.

ஆம்! ஒரு புத்தகம் கையில் இருந்தால் போதும் - எந்தக் காட்டையும் கடக்கலாம்...

***

பழமைவாதம் - ஒரு காடு. பெண் குழந்தைகளைப் பலி கொண்ட காடு.

காட்டைக் கடந்து நடந்தவர் ஒவ்வொருவரும் பேசப்பட வேண்டியவர்.

1888இல் அமெரிக்காவில் வெளியான புத்தகம் - The High-Caste Hindu Woman.

குழந்தைத் திருமணம்,விதவை வாழ்வு- என்ற இரு பெருந் துயரங்களில் அழுந்திக் கிடந்த இந்தியப் பெண்களின் குமுறல் அது.

எழுதியவர் பண்டித ரமாபாய்.

பண்டித ரமாபாயின் வரலாற்றைப் படிக்க வேண்டும். எத்தனை இழப்புகள்! ஆனால், எவ்வளவு மன உறுதி!...

'முன்னோர் சொன்னார்கள்' என்பதற்காக எல்லா அபத்தங்களையும் ஏற்க வேண்டுமா என்பது பண்டித ரமாபாயின் புத்தகம் முன்வைக்கும் கேள்வி.

குழந்தைத் திருமணம், விதவை வாழ்வு, உடன்கட்டை ஏறுதல், பெண்ணுக்குக் கல்வி மறுப்பு, சொத்து மறுப்பு - என இருந்த அத்தனை கேடுகளும் முன்னோரின் பரிந்துரைதான்.

அவ்வளவு ஏன்?

"ஆண் குழந்தை பெறாதவர்களுக்குச் சொர்க்கத்தில் இடமில்லை" என்கிறது வஷிஷ்டாத்வைதம்(17.2).

ஏற்க முடியுமா? மறுக்கிறது ரமாபாயின் புத்தகம்.

ரமாபாய் போல , 19ஆம் நூற்றாண்டில் கவிந்து கிடந்த பழமைவாத இருளைக் கடந்து நடந்தவர் பலர்.

அவர்களில் சிலரைப் பற்றிச் சித்திரங்களோடும், எளிய வார்த்தைகளோடும் பேசும் நூல்- *Women Path- Breakers.*

பழமைவாதக் காடுகளைக் கடந்து 19ஆம் நூற்றாண்டில், சில பெண்கள் நடந்ததால்தான்...

இன்று பெண்குழந்தைகள் பலரும் கைவீசிப் பள்ளிகளுக்கு நடக்கிறார்கள்; அலுவலகங்களுக்கு நடக்கிறார்கள்; முட்டாள்தனமான திருமண ஏற்பாடுகளை மறுக்கிறார்கள்.

Women Path- Breakers முழுமையான வரலாறு இல்லை. பழமைவாதத்துடன் போராடிய பெண்கள் இன்னும் பலர் இருக்கிறார்கள். குழந்தைகளும் வாசிக்கும்படி, முழுமையான ஒரு வரலாறு தமிழில் வேண்டும். அந்த வரலாற்றைப் பெண்கள் எழுத வேண்டும்.

தேவை இருக்கிறதா? இருக்கிறது.

Crossing the River- என்பது உலகப் புகழ் பெற்ற ஆங்கில நாவல். சமூக நாவல்.

அதே பெயரில் எட்டாம் வகுப்பு ஆங்கிலப் பாடம் ஒன்று இன்று உள்ளது. பாடம் சொல்வது இதுதான்.

பால் விற்கும் பெண் லட்சுமி ஆற்று வெள்ளத்தைக் கடந்து போகவேண்டும். படகு ஏறுகிறாளா? இல்லை. கடவுள் பெயரை உச்சரிக்கிறாள். வெள்ளம் வடிகிறது. அக்கரைக்குப் போகிறாள்.

பாடத்தைப் படித்துவிட்டு, 'எங்கள் ஊரிலும் ஆற்றைக் கடந்து பிள்ளைகள் பள்ளிக்கு வரவேண்டி இருக்கிறதே! இப்படிப்பட்ட நம்பிக்கையோடு ஒரு குழந்தை ஆற்றில் இறங்கி விட்டாலும் ஆபத்தே!' என்று கிராமப்புற ஆசிரியர்கள் பதறுகிறார்கள்.

இப்படி ஒரு பாடத்தைக் குழந்தைகளுக்கு எழுதுவது எந்த நாட்டிலும் சாத்தியமில்லை. இங்கு மட்டும் சாத்தியம்.

காடுகள் புதிது புதிதாய் முளைக்கின்றன.

நடப்பதற்கு உறுதியான கால்களும் வேண்டும்... கடப்பதற்குத் தெளிவான பாதைகளும் வேண்டும்...

7

வாயா? வாய்ப்பா? எது தேவை?

முனைவர் வசந்தி தேவி மிகச் சிறந்த கல்வியாளர். பேராசிரியர், துணைவேந்தர், மகளிர் ஆணையத் தலைவர் - எனப் பல பொறுப்புகளில் பணியாற்றியவர். இளம் வயதில் அவர் ஓர் பாடகி. எம்.பி. சீனிவாசனின் சேர்ந்திசைக் குழுவில் பாடியவர்.

எம்.பி. சீனிவாசன் சொல்வாராம்: "பாரதியின் ஒளி படைத்த கண்ணினாய் வா! வா! எப்படிப்பட்ட பாடல்? நரம்புகளில் முறுக்கேற்றும் பாடல்! தமிழ்நாட்டின் மிகச் சிறந்த கர்நாடகப் பாடகி தன் மயக்கும் குரலில் அப் பாடலை இளக்கிக் கசிய வைத்துப் பாடுவார்." இது அவர் வருத்தம்.

புரிகிறதா? எழுப்பும் பாடல் மயக்கும் பாடல் ஆகிவிட்டது. வாயும் குரலும் தந்த மயக்கங்கள் ஒன்றா? இரண்டா?

வகுப்பில் அடிக்கடி நாட்டுப்புறக் கதைகளை நான் சொல்வதுண்டு. அப்படி ஒரு கதை - வளைந்த வாய். அமெரிக்க நாட்டுப்புறக் கதை இது.

கணவன், மனைவி. அவர்களுக்கு மூன்று பையன்கள். அந்த வீட்டில் ஒரு பிரச்சினை. தகப்பனுக்கு உதட்டின் மேற்புறம் கோணலாக இருக்கும்; தாய்க்குக் கீழ் உதடு வளைந்து இருக்கும். மூத்தவனுக்குத் தந்தையைப் போல வாய். அடுத்தவனுக்குத் தாயைப் போல வாய். கடைசி மகனுக்கு மட்டும் வாயில் பிரச்சினை இல்லை. நேர் வாய்!

பிள்ளைகள் மூவர்க்கும் படிக்க ஆசை. மூத்தவன், அடுத்தவன் இருவரையும் பார்த்து வகுப்பில் கேலி! வாய் கோணலாக இருக்கிறதாம். கடைசி மகன் பிரச்சினை இல்லாதவன். கேலியும் இல்லை. மேலும் மேலும் படித்தான். நிறையப் படித்தான்.

ஒரு நாள் இரவு. மெழுகுவத்தியை அணைக்க வேண்டும். தந்தை ஊதிப் பார்த்தார். தீச்சுடர் மேற்பக்கம் எழும்பியது.

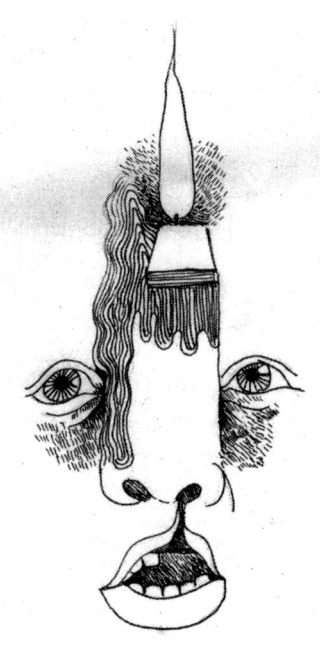

அணையவில்லை. அவருக்குத்தான் உதடு மேற்புறம் வளைந்து இருக்குமே! தாய் ஊதினார். தீச்சுடர் கீழ்ப்பக்கம் இறங்கியது. அணையவில்லை. மூத்த பிள்ளைகள் ஊதும்போதும் இதுதான் நிலை. கடைசி மகன் வந்தான். வளையாத உதட்டுக்காரன்! ஊதினான். ப்பூஊ! மெழுகுவத்தி அணைந்தது. உடனே தந்தை என்ன சொன்னார் தெரியுமா? "படிச்சவன் படிச்சவன்தான்! ஊதினதும் விளக்கு அணையுதே!"

படிப்புக்கும் இதுக்கும் என்ன சம்பந்தம்? என்று மற்றவர்கள் கேள்வி கேட்கவில்லை. ஆமா! ஆமா! என்று சொல்லித் தலையாட்டினார்கள்.

வாயின் பிரச்சினை கூறி வருத்தத்துடன் தொடங்கும் கதை, வாய்க்கேற்றபடி ஆடும் தலைகள் பற்றி வேடிக்கையாகச் சொல்லி முடிகிறது.

கேட்போர்க்குப் பொய்தான் பிடிக்கிறது! அழகான பொய்! மயக்கும் பொய்! அதனால்தான் உடலுழைப்பை வாய்கள் ஜெயித்தபடியே இருக்கின்றன.

***

புரிதல் முக்கியம். அன்பும், இரக்கமும் அப்புறம்தான்.

தண்ணீரில் அங்கும் இங்கும் நீந்தி ஓடும் மீனை, அது தண்ணீரில் தத்தளிப்பதாகக் கருதி, அதைத் தண்ணீரில் இருந்து எடுத்துத் தரையில் விட்ட 'கருணை உள்ள மனிதனின்' கதை நாம் அறிந்ததுதான். இதற்குப் பெயர் கருணையா?

பெற்றோர் பலர் தங்கள் குழந்தைகளுக்குச் செய்யும் ஏற்பாடு தண்ணீரில் ஓடும் மீனை எடுத்துத் தரையில் விட்ட கதைதான்!

ஒரு மருத்துவர் பார்வையில் இப் பிரச்சினையை அலசுகிறது- *Managing the Unmanageable Child* என்னும் புத்தகம்.

குழந்தையை அதன் இயல்புகளுடன் ஏற்றுக் கொள்ளப் பழகுங்கள். அதுதான் அடிப்படையான தீர்வு என்கிறது புத்தகம். *Accepting is the first step in finding solutions* என்பது புத்தகத்தின் ஆதங்கம்.

உதாரணமாக, பொய் சொல்லும் குழந்தையைப் பற்றிப் பேசுகிறது ஒரு கட்டுரை.

'இந்த வயசில் பொய் சொல்லுதே என் பிள்ளை' என்று பதறும் பெற்றோருக்கான கட்டுரை!

பெற்றோர் துப்பறியும் புலிகளாகிப் பிள்ளைகளைத் துருவும் தருணம் அது!

குழந்தையைப் பாதுகாக்கும் உள்ளுணர்வு (Protective instinct) என்று பயத்தை நூலாசிரியர் விளக்குகிறார். ஆம்! பல நேரங்களில் குழந்தைக்குப் பொய் ஒரு பாதுகாப்பு! பொய் சொன்னால் தப்பிக்க முடியும் - உடனே கை ஓங்கும் தாய் தந்தையிடம் இருந்து! ஆசையும் பயமும் (Greed and fear) பொய்யின் அடிவேர்களாக இருப்பதையும் கட்டுரை சுட்டிக் காட்டுகிறது. சுதந்திரம் இல்லாத இடத்தில் நிச்சயம் பொய் எட்டிப் பார்க்கும் என்பதையும் புரிய வைக்கிறது.

தவறு செய்யும் குழந்தைகளை நோக்கிக் கூச்சல் போடும் பெற்றோர் வாசிக்க வேண்டிய புத்தகம்தான் இது!

***

திருடும் - பொய்பேசும்- படிப்பில் ஆர்வமற்று இருக்கும் - பள்ளிக்குச் செல்லவே இஷ்டப்படாதிருக்கும்... குழந்தைகளுக்குத் தேவையானது எது?

'நீதி போதனை' என்கிறார்கள் பெற்றோர்களும் ஆசிரியர்களும். வாய் திறப்பதற்கான வழி இது! உபதேசங்களைக் கொட்டுவதற்கான சந்தர்ப்பம்! ஆனால், பிரச்சினைக்கான தீர்வா அறிவுரை? இல்லை. பல நேரங்களில் நிச்சயமாய் இல்லை!

பல் துலக்காத வாயை விட அதிகம் நாறுவது அறிவுரை சொல்லும் வாய் - என்று கல்வியாளர்கள் சொல்வதையும் இங்கு கவனத்தில் கொள்ள வேண்டும். தவறு செய்யும் அல்லது தடுமாறி நிற்கும் குழந்தைகளுக்குத் தீர்வாகக் கல்வியாளர்கள் சொல்வதென்ன?

பொருத்தமான வாய்ப்பு - என்பதுதான் கல்வியாளர்கள் முன்வைக்கும் தீர்வு. கவனியுங்கள். உங்களுக்குப் பிடித்தமானது அல்ல - குழந்தைக்குப் பொருத்தமானது! சுமை வேறு; வாய்ப்பு வேறு.

என் கல்லூரிக் காலம் ஞாபகத்துக்கு வருகிறது. அது 1965. பியூசியில் நல்ல மதிப்பெண் பெற்றிருந்தேன். இனி பட்டப் படிப்பு. மொழிப் பாடங்களின் மீது அளவு கடந்த ஈடுபாடு எனக்கு. நான் இடம் கேட்டுப் போன கல்லூரியில் பி.ஏ தமிழ் இல்லை. ஆங்கிலம் இருந்தது. அதில் சேர்ந்து படிக்க ஆசைப்பட்டேன். 'கெமிஸ்ட்ரி படி' என்ற அறிவுரை என்னைச் சூழ்ந்தது. கல்லூரி முதல்வரை என் தந்தையுடன் சந்தித்தேன். 'நல்ல மார்க்! பிசிக்ஸ் படி! அதுதான் உனக்குப் பொருத்தம்! நானும் பிசிக்ஸ்தான் படித்தேன்'

என்றார். ஏற்றுக்கொண்டேன். பிசிக்ஸ் எனக்கு வாய்ப்பு அல்ல; சுமை! மூன்றாண்டுகள் சுமந்தேன். ஓராண்டு வீட்டில் இருந்தேன். நான்காண்டுகள் கழித்து எம்.ஏ தமிழில் சேர்ந்தபோது, சொந்த வீட்டுக்குத் திரும்பிய நெருக்கம் கிடைத்தது. இளமைக் காலத்தில் இழந்த நான்காண்டுகள் எப்போதும் என் ஞாபகத்தில்!

பொருத்தமான வாய்ப்பைக் கண்டறிவதும் - கையில் கொடுப்பதும் சுலபமல்ல.

அறிவுரை சொல்வது சுலபம். வாய்கள் வேறு எதற்கு இருக்கின்றன?...

8
மகிழ்ச்சியா? வெற்றியா?
எது முதலில்? எது முக்கியம்?

வீடும் வகுப்பறையும் குழந்தைகளைத் துரத்து துரத்து என்று துரத்துகின்றன.

ஓடு! ஓடு! நிற்காமல் ஓடு! வெற்றியை நோக்கி ஓடு!

வீட்டிலும் வகுப்பறையிலும் அடிக்கடி கேட்கும் வார்த்தைகள் இவை:

நேரமாச்சு!

சீக்கிரம்!

ம்ம்! லேட் பண்ணாதே!

Quick!

Hurry up!

கேளு! குறுக்க பேசாதே!

எவ்வளவு அவசரம் இந்த வீடுகளுக்கும், வகுப்பறைகளுக்கும்...!

பெற்றோரும் ஆசிரியரும் அவசியம் படிக்க வேண்டிய புத்தகம்- Hurry Up.

சின்னக் குழந்தைகளுக்கான புத்தகம்தான். வீடுகளுக்குத் தேவையான புத்தகம்.

வெற்றி பெற வேண்டுமானால், வேகமாகப் போ! உயரத்தை எட்ட வேண்டுமானால், வேகமாகப் போ! முந்து! அவனை முந்து!

இவளை முந்து! - என எந்த நேரமும் குழந்தைகளைப் பதற்றத்தில் வைக்கும் போக்கை மாற்ற வந்த புத்தகம் இது.

ஓடு! ஓடு! எனத் துரத்தாமல் Take a break என்று ஆசுவாசப்படுத்திக் குழந்தைகளைத் தட்டிக் கொடுக்கிறது புத்தகம்.

தொடர்ந்து குழந்தைகளிடம் பேசுகிறது. "நேரம் ஒதுக்கி உன்னைச் சுற்றிலும் இருப்பதைப் பார்" "பூக்களைப் பார்" "வானவில் எங்கே தொடங்கி, எங்கே முடியுது கண்டுபிடி" "செடிகள் பேசுவதைக் கேள்" என்பது புத்தகத்தின் பேச்சுகளில் சில. "சோம்பல் முறி! கொட்டாவி விடு" என்று கூடக் குழந்தைகளைக் கேட்டுக் கொள்கிறது புத்தகம்.

வெற்றி பெறும் அழுத்தத்தில் இருந்து, ஓட்டத்தில் இருந்து... குழந்தைகளை மீட்பது புத்தகத்தின் நோக்கம். ஓட்டப் பந்தயமல்ல வாழ்க்கை என்பது புத்தகம் சொல்லும் செய்தி. "Race is off; Rest is on" என்கிறது புத்தகம். அருமை!

***

கல்வி பற்றிப் பேசும்போது 'பின்லாந்து' நாட்டைக் குறிப்பிடாமல் இருக்க முடியாது. பல நாடுகளில் இருந்து பின்லாந்து கல்வி முறையைப் பார்த்து வரச் சென்றோர் பலர்.

'அழுத்தமற்ற வகுப்பறை'! 'பதறித் துடிக்காத வகுப்பறை' 'அதைச் செய்! இதைச் செய்! அங்கே ஓடு! இங்கே ஓடு! என்று

45

பிள்ளைகளைத் துரத்தாத வகுப்பறை' - பார்க்க வந்தவர்களுக்குப் பின்லாந்து தந்த ஆச்சர்யம் இது.

பின்லாந்து வகுப்பறையில் மகிழ்ச்சி ஓர் உத்தி (Strategy)அல்ல. வகுப்பறையின் நோக்கமே (Goal) மகிழ்ச்சிதான். வெற்றி பெற்றால் மகிழ்ச்சி என்ற சூத்திரத்தையே தலைகீழாக மாற்றிக் காட்டியது பின்லாந்து. மகிழ்ச்சியின் வழியில்தான் வெற்றி என்றது.

பின்லாந்து கல்வி முறை குறித்து ஏராளமான நூல்கள் வந்துள்ளன. Teach Like Finland என்பது வாசிக்க எளிமையான நூல். ஆசிரியர் ஓர் அமெரிக்கர். அமெரிக்காவில் படித்து வளர்ந்தவர். பின்லாந்தில் ஆசிரியராகப் பணியில் சேர்கிறார்.

'பின்லாந்து பள்ளிகளில் ஒவ்வோர் வகுப்பும் 45 நிமிடங்கள் மட்டுமே. ஒரு வகுப்புக்கும் அடுத்த வகுப்புக்கும் 15 நிமிட இடைவேளை.' இதுதான் நூலாசிரியர் சந்தித்த முதல் அதிர்ச்சி. இந்த இடைவேளை சரியா என்பது அதிர்ச்சியைத் தொடர்ந்த சந்தேகம்.

'ஜெயிப்பதற்கான அழுத்தம்' நிறைந்த அமெரிக்கப் பள்ளியில் இருந்து புறப்பட்டு வந்தவருக்கு இந்தச் சந்தேகம் ஏற்பட்டது இயல்பே! ஒவ்வொரு இடைவேளைக்குப் பிறகும், குழந்தைகள் ஈடுபட்டுக் கற்பதை அனுபவத்தில் பார்க்கிறார். 'frequent breaks boost attentiveness in class' என்ற புதிய பாடத்தை அவர் கற்கிறார்.

பள்ளிக் குழந்தைகள் நிதானமாக நடக்கிறார்கள்; நிதானம் சோம்பேறித்தனம் இல்லை என்பதை நிரூபிக்கிறார்கள். ஏனெனில் தொடர்ந்து தேடுகிறார்கள். சின்னஞ் சிறு வயதிலேயே படைப்பாளிகளாகத் திகழ்கிறார்கள்.

இது என் வகுப்பறை என்ற உணர்வு- வகுப்பறையோடு ஒரு நெருக்கம் - பின்லாந்து பள்ளியில் ஒவ்வொரு குழந்தையிடமும் இருப்பதை நூலாசிரியர் பார்க்கிறார். வகுப்பறையில் அறிவார்ந்த சுதந்திரம் நிலவுவதைப் பார்க்கிறார். ஆசிரியர்- மாணவர் இடைவெளி ஏதுமில்லை;

சிறு வகுப்புக் குழந்தைகள்- வளர்ந்த வகுப்பு மாணவர் இடைவெளியும் இல்லை. இது வித்தியாசமான கல்விச் சூழல். *Finland way seemed soft; kids learned better* - என்ற முடிவுக்கு நூலாசிரியர் வருகிறார்.

***

Sage on the stage என்பது பழைய கல்வி முறை. அதாவது மேடையில் ஒரு முனிவராக ஆசிரியர் இருப்பார். மாணவர்கள் சிஷ்யர்கள். பணிந்து நடக்க வேண்டும். இல்லாவிட்டால் முனிவர் சாபம் கொடுப்பார்.

இன்று காலம் மாறி இருக்கிறது; ஆசிரியர் முனிவர் அல்லர்; அவர் நண்பர். மாணவர்களின் நண்பர். அவர் தரவேண்டியது சாபம் அல்ல; சுதந்திரம். குழந்தைகள் சுயமாய்ச் சிந்திப்பதற்கும் கற்பதற்குமான சுதந்திரம்.

காலம் மாறி இருப்பதைப் போல், குழந்தைகளை வெற்றியை நோக்கித் துரத்தும் போக்கும் மாற வேண்டும். நிற்க நேரமில்லாமல் ஓடிக் கொண்டிருக்கிறது வாழ்க்கை. 'எனக்கு நேரமே இல்லை' என்று சொல்வது பெருமையாக இருக்கிறது.

ஓடுவதா முக்கியம்? கைகோர்த்து நடப்பது முக்கியம். இந்தச் சிந்தனையைக் குழந்தைகளிடம் தருவது முக்கியம்.

பின்லாந்து வழிகாட்டுகிறது.

9

கதவைத் திற! வெளியே கொஞ்சம் நட!

1970களின் தொடக்கத்தில், இந்தியா கண்ட இயக்கங்களில் மிக முக்கியமானது- சிப்கோ இயக்கம். சிப்கோ என்றால் தழுவு என்பது பொருள். மரத்தை வெட்ட வந்தபோது அதைக் கட்டித் தழுவிக் காத்த இயக்கம் சிப்கோ இயக்கம்.

எங்களை வெட்டுங்கள்

மரத்தை வெட்டாதீர்கள்

என்பது அன்றெழுந்த குரல். இமய மலைக்காடுகளில் ஒலித்த குரல்! குழந்தைகளைத் தழுவுவது போல் மரங்களைத் தழுவிக் காத்தவர்கள் பெண்கள். சிப்கோ- சுற்றுச்சூழல் இயக்கம் மட்டுமல்ல; அது பெண்கள் இயக்கம். காடுகளை வியாபாரக் கம்பெனிகளுக்குத் தாரை வார்த்தபோது பெண்கள் கேட்ட கேள்வி இது- 'காடுகள் எதற்கு? வாழ்வதற்கா? வர்த்தகம் செய்யவா?'

சிப்கோ இயக்கத்தை - (அன்றைய உத்திர பிரதேசம்; இன்றைய உத்திரகாண்ட்) தொடங்கியவர் சுந்தர்லால் பகுகுணா என்னும் காந்தியவாதி. இமயமலையை ஒட்டிய கிராமங்கள் முழுவதும் நடந்தவர்; "சுற்றுச்சூழல்தான் தேசத்தின் பொருளாதாரம்" என்ற முழக்கத்தைத் தந்தவர்; தமக்களித்த பத்மஸ்ரீ விருதையும் பெற மறுத்தவர். அன்றைய பிரதமர் இந்திரா காந்தியுடன் பேசி இமயமலைக் காடுகளில் மரங்களை வெட்ட 15 ஆண்டுகளுக்கு தடைச் சட்டம் கொண்டுவரக் காரணமாக இருந்தவர்.

ஒரு சம்பவத்தை உலகமே வியந்து கவனித்தது. இமய மலைக்கிராமம் ஒன்றில் வர்த்தகக் கம்பெனி மரம் வெட்ட வந்த போது, ஆதிவாசிப் பெண் கௌரா தேவி தலைமையில் பெண்கள் கூடி மரத்தைக் கட்டித் தழுவினர்.

மரத்தைத் தழுவிய பெண்கள் அன்று பாடிய பாட்டு இன்றும் கேட்கிறது.

காடு எங்கள் தாய்வீடு!
பாதுகாப்போம்
எங்கள் பலம் கொண்ட மட்டும்!

இன்று சிப்கோ இயக்கம் பற்றித் தெரிந்தோர் குறைவு. மரங்களைக் கட்டித் தழுவிய கைகளையும் பலர் அறியார்.

இயக்கங்களின் தீவிரம் காலப் போக்கில் தேய்ந்து போகலாம். சிலரின் ஆசைகள் பலரின் தேவைகளை முந்தலாம். அரசும் அந்த ஆசைகளின் பக்கம் நிற்கலாம். ஆனால் மக்கள் இயக்கங்கள்-

குறிப்பாகப் பெண்கள் கையில் எடுத்த இயக்கங்கள் ஒருபோதும் சுருண்டு படுத்து விடுவதில்லை. வரலாறு ஞாபகப்படுத்தும் உண்மை இது.

1730இல் தோன்றியது - கட்டித் தழுவி மரங்களைப் பாதுகாக்கும் இயக்கம். அன்றும் அது பெண்களின் இயக்கம். இயக்கத்தை வழிநடத்தியவர்- அம்ரிதா தேவி. மரத்தை வெட்ட வந்த இந்தூர் மகாராஜாவின் சிப்பாய்கள் மரத்தைத் தழுவிய பெண்களின் தலைகளைத் துண்டித்துவிட்டு, பிறகு மரங்களைத் துண்டித்தனர்.

1730இல் துண்டிக்கப்பட்ட தலைகள் 1970களில் சிப்கோ இயக்கத்தின் விதைகள் ஆயின. விதைகள் முளைக்கும்- மீண்டும்.. மீண்டும்!

***

இது இண்டர்நெட்டின் காலம். இண்டர்நெட் இயற்கையை- இயற்கையின் அதிசயங்களை - விழுங்கி நிற்கும் காலம்.

நடந்து ஓடிய காலங்கள் முடிந்து விட்டன. இது உட்கார்ந்து விட்ட தலைமுறை. *Sedentary society!* நாற்காலிகளும் சோபாக்களுமே வீட்டில் பிரதானம்! உட்கார்ந்துதானே டிவி பார்க்க முடியும்; கம்ப்யூட்டர் பார்க்க முடியும்; செல்போன் பார்க்க முடியும்!

இயற்கைக்கு எதிர்திசையில் வாழ்க்கை நகர்கிறது. இது இழப்புதான்!

குழந்தைகளுக்கும் அவர்களின் கற்பனைக்கும் பேரிழப்பு!

இந்த இழப்பை ஞாபகப்படுத்திப் பல புத்தகங்கள் வந்துவிட்டன. அவற்றில் ஒன்று - Last Child in the woods. 1950களில் யாரும் அமில மழை பற்றிப் பேசவில்லை; ஓஸோனில் விழுந்த ஓட்டைகள் பற்றிப் பேசவில்லை; புவி வெப்பமயமாதல் குறித்துப் பேசவில்லை- என்ற ஆதங்கத்தை வெளிப்படுத்தித் தொடங்குகிறது புத்தகம். இன்று இவை குறித்துத்தான் நிற்காத பேச்சு! ஓயாத கவலை.

அறிவில் ஒரு வகை - இயற்கை மீதான அறிவு. Naturalist intelligence என்று புத்தகம் குறிப்பிடும் அறிவு. உதாரணமாக, எது விசமுள்ள பாம்பு எது விசமற்ற பாம்பு என்று பிரித்தறிவது இயற்கை அறிவு. இன்று இயற்கையின் மணம், குணம், வகை குறித்து யாருக்கு என்ன கவலை? கார்களின் வகை, ஷூக்களின் ரகம், நகைகளின் விலை குறித்து கேட்டுப் பாருங்கள். பதில் சொல்ல ஒருவரை ஒருவர் முந்துவார்கள்.

இயற்கைக்கும் குழந்தைகளின் படைப்பாற்றலுக்கும் நெருங்கிய தொடர்பு உள்ளதாக நூலாசிரியர் Richard Louv கருதுகிறார். Nature inspires creativity in a child என்பது அவர் கருத்து. தன் கருத்தை உறுதிப்படுத்த பல பரிசோதனை முயற்சிகளை முன் வைக்கிறார் ஆசிரியர். அவற்றில் ஒன்று loose- parts பரிசோதனை. சம்பந்தமற்ற- விதம் விதமான பொருள்களைக் குழந்தைகளிடம் கொடுத்துப் பாருங்கள். அவற்றைக் கொண்டு அவர்கள் வடிவமைத்து உருவாக்கும் பொருள்களில் அவர்களின் படைப்பாற்றல் வெளிப்படக் காண்பீர்கள் என்கிறது loose-parts விளையாட்டு. விதம் விதமான பொருள்கள் நிறைந்து கிடக்கின்றன இயற்கையில்- பறவை உதிர்த்த இறகு முதல் பாம்பு உரித்துப் போட்ட சட்டை வரை.

வீட்டை விட்டு வெளியே வா! இயற்கையை நோக்கி நட! என்று பிள்ளைகளை அழைக்கிறது Last Child in the Woods புத்தகம்.

***

டோட்டோ சான் என்ற அற்புதமான கல்வி நூல் தமிழில் 'ஜன்னலில் ஒரு சிறுமி' என்ற பெயரில் வந்தது. பாடம் நடக்கும் போதும், சன்னல் வழியே வீதியைப் பார்த்த சிறுமி அவள். வித்தியாசமான பள்ளி; துடிப்பான சிறுமி!

இன்று குழந்தைகள் சன்னல் பக்கம் வருவதே இல்லை; வீதியைப் பார்ப்பதும் இல்லை. தங்கள் வீடுகளிலும் தாங்கள் போன

வீடுகளிலும் பிள்ளைகள் அடிக்கடி நாடுவது எதை என்று ஒரு வேடிக்கையான ஆய்வு நடந்தது. விடை - அவர்கள் அதிகம் நாடுவது தங்கள் உபகரணங்களை சார்ஜ் செய்வதற்கான பிளக் பாயிண்டுகளை *(Electrical outlets)!*

பிள்ளைகளை இப்படி வீடுகளுக்குள் அடைத்ததில் பெற்றோர்க்கு பங்கில்லையா? நிச்சயம் இருக்கிறது!

மெரினா கடற்கரைக்குப் போனபோதெல்லாம் பார்த்திருக்கிறேன். குழந்தைகள் கடல் தண்ணீரில் கால் நனைத்து விளையாடுவார்கள். ஹாய்! ஹூய்! என்று கூச்சலிட்டு விளையாடுவார்கள். நேரமாச்சு! போகலாம்! என்று பெற்றோர் அழைத்தபடி இருப்பார்கள். ஆனால்... தண்ணீரில் ஆடும் குழந்தைகளைப் பிரிப்பது அத்தனை எளிதா?

வாய்ப்பு கிடைத்தால் பிள்ளைகள் இயற்கையை ஆனந்தமாய்க் கட்டித் தழுவுவார்கள்- நிச்சயமாய்... நிச்சயமாய்!

10
தரம்... தந்திரம்

பறவைகளிடம், விலங்குகளிடம், மீன்களிடம் மனிதன் கற்றவை ஏராளம். பழைய பாடலின் வரிகள் நினைவுக்கு வருகின்றன.

பறவையைக் கண்டான்
விமானம் படைத்தான்
பாயும் மீன்களிடம்
படகினைக் கண்டான்

(கவிஞர் கண்ணதாசன், பாவ மன்னிப்பு, 1961)

சரி! மனிதனிடம் இருந்து விலங்குகள் என்ன கற்றுக் கொண்டன? ஒன்று உண்டு. அது - தந்திரம்! ஆம். உலகெங்கிலும் சொல்லப்பட்ட வாய்மொழிக் கதைகள் அப்படித்தான் சொல்கின்றன. ஓர் உதாரணம் - சன்னியாசம் போன நரியின் கதை!

வெளிப்படையாக ஏமாற்றினால், ஏமாற்றப் பட்டவர்க்குக் கோபம் வரும்.

தந்திரமாக ஏமாற்றினால், ஏமாற்றப் படுபவரும் தலை ஆட்டிக் கொண்டே கூட வருவார். அது நரிக்குத் தெரிந்து இருக்கிறது.

நரியின் கதை இதுதான். நரிக்குக் கோழிகள், கோழிக் குஞ்சுகள் மீது கண். ஆனால் நெருங்க முடியவில்லை. நெருங்கினால், வீட்டுக்குள் ஓடி ஒளிந்து கொள்கின்றன.

என்ன செய்யலாம்? வேடம் போடலாம். வேடத்துக்கு மயங்காதவர் யார்? யோசித்துப் பார்த்து நரி சன்னியாசி வேடம் போட்டது. அப்பாவி போல் வீதியில் நடந்தது.

கோழிகள் முதலில் நெருங்கவில்லை. "செல்லங்களா! நல்லா இருக்கீங்களா? நிறைய பாவம் பண்ணீட்டேன். பாவத்தைத்

தொலைக்க சன்னியாசம் போறேன்" என்று உருக்கமாகப் பேசி நரி கண்ணீர் சிந்தியது. இப்போது கோழிகள் நம்பின. அவற்றில் சில நரியை நெருங்கி வந்தன. பக்கத்தில் வந்த கோழிகளை நரி தொடவில்லை. நல்ல பிள்ளைபோல் தொடர்ந்து நடந்தது. 'நாங்களும் கூட வர்றோம்' என்று சொல்லி, கோழிகளும் குஞ்சுகளும் நரியுடன் கூட நடந்தன. இதைத்தானே நரி எதிர்பார்த்தது?

நடந்து நடந்து ஊரைத் தாண்டி வந்து விட்டன நரியும் கோழிகளும். ஆள் நடமாட்டம் இல்லை. நரியின் சுயரூபம் வெளிப்பட்டது. லபக் என்று பாய்ந்து ஐந்து ஆறு கோழிகளை அடித்துச் சுருட்டி விட்டது. மற்ற கோழிகள் தப்பித்தோம் பிழைத்தோம் என்று ஓடிவிட்டன.

நம்பிக் கூட வந்தவர்களின் கழுத்தறுக்க சுலபமான வழி 'தந்திரம்'.

***

நிலப் பிரபுத்துவ காலம் நமக்குத் தெரிந்ததுதான். வாய்ப்புகளையும் வசதிகளையும் பிறப்பே தீர்மானித்த காலம்! உட்கார்ந்து சாப்பிட்டவர்கள் உயர்குடியினராகவும், உடல் உழைப்பாளிகள் கீழ்க் குடியினராகவும் கருதப்பட்ட காலம். பாகுபாடுகள் இயற்கையானவை என்று சொன்ன காலம் அது.

தரமும் தகுதியும் (Meritocracy) முன் வைக்கப்பட்ட போது, பிறப்பு அபகரித்த செல்வங்களைத் தகுதி மீட்கும் எனப் பலரும் நம்பினர். மீட்டதா?

சமத்துவமின்மையைக் களையும் என எதிர்பார்த்த தகுதிக் கோட்பாடு சமத்துவமின்மையை நியாயப்படுத்தியது. மத அடிப்படைவாதம் தீர்மானித்த இடத்தில் 'சந்தைப் பொருளாதாரம்' (Market Economy) வந்து நின்றது. செல்வம் படைத்தோர்க்கு முன்னுரிமை தருவதில் மத அடிப்படை வாதத்துக்குச் சளைத்ததல்ல சந்தைப் பொருளாதாரம். தகுதி என்ற பெயரில் வடிகட்டும் வேலையைத் தொடங்கி சம வாய்ப்புகளைப் பறிப்பதைப் பார்த்ததுமே இது எளியோர்க்கு எதிரான வன்முறை என்று உலகம் முழுவதும் கல்வியாளர்கள் தங்கள் எதிர்ப்பைத் தெரிவித்தனர். ஏற்கனவே கல்வியைக் கைப்பற்றி வைத்திருக்கும் உயர் மத்திய வர்க்கங்களின் தந்திரம்தான் தரம் என்பது டால்ஸ்டாய் தொடங்கி உலக அரங்கில் குரல்கள் பல ஒலித்தன.

Merit கோட்பாட்டுக்கு எதிரான வலுவான குரல்களில் ஒன்று-The Tyranny of Merit. இதன் ஆசிரியர் Sandel ஹார்வேர்டு பல்கலைக்கழகப் பேராசிரியர். அமெரிக்காவின் புகழ் பெற்ற

கல்வி நிலையங்களில்-உதாரணமாக யேல், பிரின்ஸ்டன் போன்ற பல்கலைக் கழகங்களில்-இடம் கிடைத்தவர்கள் அமெரிக்காவின் பெரும் பணக்காரர் வீட்டுப் பிள்ளைகள் என்பதையும், அடித்தட்டு குடும்பங்களில் இருந்து இப் பல்கலைக் கழகங்களில் இடம் கிடைத்தவர்கள் அரிதினும் அரிதான ஒரு சிலரே என்பதையும் பேராசிரியர் சாண்டல் கவனிக்கிறார். நன்கொடை, தனிப் பயிற்சி (Special Tuition)- என்ற இரு வாசல்கள் வழி செல்வந்தர் வீட்டுப் பிள்ளைகள் உள்ளே நுழைகின்றனர். உலகம் பூராவும் இதுதான் நிலைமை என்பதையும் புரிந்து கொள்கிறார்.

வென்றோர் சிலரும் தோற்றோர் பலருமான சமூகம் உருவாகி வருகிறது. வெற்றி பெற்றோரின் அகம்பாவமும், தோற்றோர் எதிர்கொள்ளும் அவமதிப்புகளும் பெருகி வருகின்றன. தோல்விக்குக் காரணம் வேறு யாருமில்லை; தோற்றவரே காரணம் என்று நம்ப வைக்கிறது 'தரம்'. தோற்றவரும் தன் மீதே வருத்தம் கொள்கிறார். They blame themselves என்கிறார் நூலாசிரியர்.

பெருகும் வருத்தத்தை எந்த மூடைக்குள் கட்டிப் போட? அது சாத்தியமா? ஆனால், திசை திருப்பலாம். பக்கத்தில் இருப்பவரைக் கை காட்டலாம். 'இவன்தான் காரணம்' என்று பறிகொடுத்து நிற்கும் மற்றொருவன் மீது வெறுப்பை வளர்க்கலாம்.

அல்லது தேசப்பற்று தேசப்பற்று என்று கூச்சலிட்டு குறைகளைச் சொல்லத் திறந்த வாய்களை மூடலாம். அதுதான் ஒவ்வொரு தேசத்திலும் நடக்கிறது.

விரிவாகப் பேசுகிறது இந் நூல்.

***

குக்கிராமங்களில் வசிப்போர், உழைத்து அரை வயிறு கஞ்சி குடிப்போர், மூடநம்பிக்கைகளில் உழல்வோர்- ஆக இருக்கும் பெற்றோரில் எவரிடமும் கேட்டுப் பாருங்கள், எது உங்கள் ஆசை, விருப்பம் என்று. ஒவ்வொருவரும் சொல்லும் பதில் இதுதான்- 'எம் புள்ள நல்லாப் படிச்சு வளர்ந்து வரணும்!'

கல்விதான் ஏழைகளின் கனவு. இந்தியாவின் கனவு. இன்றும் இலவச சேலை வாங்க உயிரை விடும் அப்பாவி தேசத்தின் கனவு!

எது முக்கியம்? ஏழைகளின் கனவா? சந்தைப் பொருளாதாரமா? நீட் தேர்வுக்கான பயிற்சி மையத்தில் லட்சத்துக்கு மேல் பணம்

கட்டினால்தான் இடம் கிடைக்கும். நாங்கள் என்ன செய்ய? என்பது குடிசைகளின் கேள்வி.

கிடக்கட்டும். எது முக்கியம்? கோச்சிங் சென்டர்களின் வர்த்தகமா? ஏழைகளின் கனவா? கேள்விகளை ஒரு போர்வை மூடுகிறது. போர்வையின் பெயர் 'தரம்'.

நரி சன்னியாசம் போன கதை அடிக்கடி ஞாபகத்துக்கு வருகிறது…

11
அப்படியா?...

பல நாடுகளில் (மத்திய வர்க்கப்) பெற்றோர்களோடு நடந்த உரையாடல்களில், பெற்றோர் பலர் தங்கள் பிள்ளைகள் குறித்துத் தெரிவித்தவற்றில் சில-

* வீட்டிலும் பள்ளியிலும் நல்ல பேர் எடுக்கணும்.
* பிரியமா இருப்பேன்; அதே நேரம் கண்டிப்பாகவும் இருப்பேன்.
* கேட்டதெல்லாம் வாங்கித் தர்றோம்; அதுக்குக் கொஞ்சம் நன்றியோடு பிள்ளை நடக்கணும்ல?
* நல்லாப் படிச்சு நல்ல வேலைக்குப் போகணும்.
* பொய் சொல்லக் கூடாது. அது எனக்குப் பிடிக்காது.
* சாமான்களை எடுத்த இடத்தில் வைக்கணும்; இல்லாட்டி எனக்குக் கெட்ட கோபம் வரும்.
* தெரியாம மறைச்சு மறைச்சு செய்றான். எதுக்கு இந்தக் கள்ளத்தனம்?

போதும்! மூச்சு முட்டுகிறது... எதிர்பார்ப்புகளால் கட்டப்பட்டது குடும்பம் என்பதை நாம் அறிவோம். பிள்ளைகள் மீது விழும் அழுத்தமும் குடும்பத்தில் இருந்தே தொடங்குகிறது.

எதிர்பார்ப்பு சரியும்போது - பிள்ளைகளின் நடத்தை பற்றிப் பேசும்போது பெற்றோர் பெரும் ஒழுக்கசீலர்களாக மாறி விடுவதையும் பார்க்கிறோம்.

வேடிக்கையான நாடகம்!

சரி! பள்ளிக்கூடம் மட்டும் விதிவிலக்கா என்ன?...

***

மந்தைத்தனம்தான் பொதுவான நடைமுறை.

விதிவிலக்குகள் அபூர்வம்.

விதிவிலக்குகளைப் புரிந்து கொள்வதும் கடினம். விதிவிலக்குகள் தாக்குப் பிடித்து நிற்பதும் கடினம். தன்னந்தனியாய் - கும்பலில் இருந்து விலகி நிற்பதற்கு, தொடர்ந்து நடப்பதற்கு தைரியமும் வேண்டும்.

விதிகளும் அழுத்தமும் கொண்டதுதான் நாம் அன்றாடம் காணும் பள்ளி. சுதந்திரப் பள்ளி (Free School) என்பது யதார்த்தத்தில் இருந்து விலகிய கருத்தாக்கம். நம் நீண்ட நாள் கனவு அது.

சுதந்திரப் பள்ளிகளுக்கு ஒரு நெடிய வரலாறு உண்டு. அப் பள்ளிகள் நீண்ட நாள் நிலைத்திருக்கவில்லை என்பது வரலாற்றின் ஒரு பகுதி. ஆல்காட், டால்ஸ்டாய் என சுதந்திரப் பள்ளியை உருவாக்கப் பெரும்பாடு பட்டோர் பலர்.

1921இல் இங்கிலாந்தில் தொடங்கப்பட்டு, போராடிப் போராடி இன்று வரை நிலைத்திருக்கும் சுதந்திரப் பள்ளி Summerhill School. இப் பள்ளியை உருவாக்கியவர் A.S.Neill. இப் பள்ளி குறித்து ஒரு வரியில் சொல்வதானால் - இது மகிழ்ச்சிக்கான பாதை!

ஒரு பள்ளிக்குள் இரண்டு வித அதிகாரங்கள் இருக்கின்றன. ஒன்று வெளிப்படையான அதிகாரம். அது தண்டனை வடிவில் வந்து பயமுறுத்துகிறது. மற்றொன்று, முகமற்ற அதிகாரம். மறைவான அதிகாரம். அது - ஒழுக்கம், எதிர்காலம் என்று உபதேசங்களைக் கொட்டிப் பயமுறுத்துகிறது.

Summerhill அதிகாரமற்ற பள்ளி. பயமும் தோன்றாத பள்ளி. பாசாங்குக்கும் அப் பள்ளியில் இடமில்லை. அவர் அவராக இருக்கக் குழந்தைகளை அனுமதிக்கும் பள்ளி. நீலின் வார்த்தைகளில் சொல்வதானால், The function of the child is to live his own life. புத்திசாலிகள் எனத் தம்மை நினைத்துக் கொண்டோரின் குறுக்கீடுகளுக்கும் வழிகாட்டுதலுக்கும் (Interference and guidance) இடம் தராத பள்ளி. ஒவ்வொரு குழந்தையையும் நம்பும் பள்ளி அது. A child is innately wise and realistic எனச் சொல்லும் பள்ளி.

பள்ளி தந்த கல்வியிலும் சரி பள்ளியின் நிர்வாகத்திலும் சரி குழந்தைகளின் விருப்பமும் ஒப்புதலுமே முதன்மையாக இருந்தன. படி என்று யாரும் சொன்னதில்லை. வகுப்புக்கு வா என்று யாரும் அழைத்ததில்லை. ஆனால் குழந்தைகள் வகுப்பை விரும்பினர்.

டேவிட் தன் ஒன்பது வயதில் கக்குவான் இருமல் காரணமாக வகுப்புக்குச் செல்லவில்லை. வகுப்பின் சந்தோசத்தை இழப்பதாகச் சொல்லிச் சிறுவன் டேவிட் கதறி அழுதான். டேவிட் பின்னாளில் லண்டன் பல்கலைக் கழகத்தில் கணிதப் பேராசிரியர் ஆனான்.

நீலின் மலைப் பள்ளியில் சுதந்திரம் (Freedom) இருந்தது; ஆனால் இஷ்டப்படி நடக்கும் போக்கு (License) இல்லை. விதிகள் சில இருந்தன. விதிகளை நிர்வாகம் உருவாக்கவில்லை. பள்ளி மாணவர்களே வாக்கெடுப்பின் மூலம் உருவாக்கினார்கள். நீலின் வாக்குக்கும் 7 வயதுக் குழந்தையின் வாக்குக்கும் ஒரே மதிப்புதான். வித்தியாசமில்லை. In Summerhill everyone has equal rights என்கிறார் நீல். 'கடலில் பாதுகாப்பாளர் இன்றி பள்ளிப் பிள்ளைகள் குளிக்கச் செல்லக் கூடாது' என்பது வாக்கெடுப்பில் உருவான விதிகளில் ஒன்று.

பள்ளி குறித்து ஏராளமான நூல்கள் வந்துள்ளன. விமர்சனங்களுக்கும் பஞ்சமில்லை.

'பைத்தியக்காரக் கும்பல்' என்பது பரிகாசங்களில் ஒன்று. பரிகாசங்களைத் தாண்டாமல் பரிசோதனை ஏது?

பள்ளியை உருவாக்கிய A.S.நீல் அவர்களே (இன்று அவர் இல்லை) எழுதிய புத்தகம்- Summerhill. வாசிக்கவும் உரையாடவும் மிகச் சிறந்த புத்தகம்; உண்மை அடர்ந்த அனுபவம்!.

***

மாணவர்கள் ஆசிரியர்களுக்குச் சூட்டும் பட்டப் பெயர்களில் கற்பனையும் இருக்கும்; நகைச்சுவையும் இருக்கும்.

'சொடக்கு சார்' வந்துட்டாரா? என்று பெஞ்சு தோழன் பொன்னையா கேட்பான். அவன் சொல்வது ஆங்கில ஆசிரியர் சுந்தரத்தைத்தான். வகுப்பில் அடிக்கடி விரல்களை முறித்து சொடக்கு போட்டுக் கொண்டே இருப்பார். அதனால் அவருக்கு அந்தப் பெயர்!

'அப்படியா சார்' மாணவர்கள் மத்தியில் வெகு பிரபலம். நிஜப் பெயர் அம்ஜத். ஆசிரியர் யாரும் லீவு போட்டால் அம்ஜத்தைக் கூப்பிட்டுச் சொல்வார் தலைமை ஆசிரியர். 'அப்படியா' என்று கேட்டு அந்த வகுப்பில் போய் நிற்பார் அம்ஜத்.

வகுப்புக்கு லேட்டாக வருவான் ஒச்சப்பன்.அவன் எழுவதே லேட். கண்ணைப் பார்த்தாலே தெரியும். அம்ஜத் சாரிடம் கூசாமல் பொய் சொல்வான். 'அம்மாவுக்குக் காய்ச்சல் சார்!' கோபிக்கமாட்டார் அம்ஜத். 'அப்படியா?' என்று கேட்டு வகுப்புக்குள் அனுமதிப்பார்.

சியாமளா வேகமாய் வாசிப்பவள். 'பாடையில் தென்னைமரம்' என்று வாசித்தாள். அம்ஜத் சார் முகம் சுளிக்கவில்லை. 'அப்படியா? நான் பாதைன்னுல நெனச்சேன்' என்றார். வகுப்பு கைகொட்டிச் சிரித்தது. சியாமளாவும் சிரித்துவிட்டாள்.

ஒரு நாள்- வகுப்பு பூரா அப்படியா அப்படியா என்று பேச்சு. விவரம் கேட்டால் ஜான்சன் சொன்னான்: "நம்ம அப்படியா சார் டிரான்ஸ்பராம்! வேற பள்ளிக்கூடம் போறாராம். சாயந்திரம் போயிடுவாராம்!"

வகுப்பு பூராவும் அப்படியா? அப்படியா?

மாணவர்கள் சொன்ன அப்படியாவில் ஆச்சர்யம் மட்டும் இல்லை. வருத்தமும் இருந்தது...

12
பேச்சும் மௌனமும்

மூவரின் மரணங்களை வரலாறு திரும்பத் திரும்பப் பேசுகிறது. மூவரும் சமூக சமத்துவத்தைத் தங்கள் கனவாகக் கொண்டு செயல்பட்டவர்கள். அதன் காரணமாகக் கொல்லப்பட்டவர்கள்.

இவர்கள்தாம் அந்த மூவர்: ஆபிரகாம் லிங்கன்(1865); காந்திஜி (1948); மார்ட்டின் லூதர் கிங் Jr (1968). மார்ட்டின் லூதர் கிங் சுடப்பட்ட போது அவருக்கு வயது 39. மிக இளம் வயதில் நோபல் பரிசு (அமைதி) பெற்றவரும் அவரே. அவர் ஒரு முறை சொன்னார்: "உலகம் துன்புறுவது தீயவர்களின் செயல்களினால் மட்டுமல்ல; (அவற்றைத் தட்டிக் கேட்காத) நல்லவர்களின் மௌனத்தாலும்தான்."

எழுத்தாளரும் பெண்ணுரிமைச் சிந்தனையாளருமான ரெபக்கா சோல்னிட் தட்டிக் கேட்காத மௌனத்தை மரணத்துக்குச் சமம் என்றார் (Silence equals death).

திரௌபதியின் 'நீண்ட கருங்குழலை நீசன் கரம் பற்றி' இழுத்துச் செல்கையில், ஊர் மக்கள் தலையிட்டுத் தடுக்காமல் 'நெட்டை மரங்கள் என நின்று புலம்பினார்' என்று பாரதியார் வருந்திப் பாடுவார். தவறுகள் நடக்கையில் எல்லாம் பெரும்பாலோர் அமைதியாகத்தான் இருக்கிறார்கள். இந்த அமைதிதான் அநீதியின் பலம்!

ஏப்ரல் மாதம் - தலித் வரலாற்று மாதம். சில புள்ளி விவரங்களைப் பார்ப்போம். இந்தியாவில் 20 கோடிக்கும் மேல் பல்வேறுபட்ட தலித் பிரிவுகளைச் சேர்ந்த உழைப்பாளி மக்கள் வசிக்கின்றனர். இவர்களில் பாதிக்கு மேல் பெண்கள்.

அதிர்ச்சி அளிக்கும் புள்ளிவிவரம் இது: இந்தியாவில் ஒவ்வொரு நாளும் 10 தலித் பெண்கள் பாலியல் துன்புறுத்தலுக்கு

உள்ளாகின்றனர். இவர்களில் பலர் சிறுமிகள். 'தாங்கள் உயர்சாதி ஆண்கள். தலித் பெண் உடலை தாங்கள் விரும்பியபடி தொடலாம்' என்ற அகம்பாவம்தான் இந்த அத்துமீறலின் அடிப்படை. பாலியல் துன்புறுத்தல் முடிந்ததும் 'இதை யாரிடமும் சொல்லக்கூடாது' என்ற மிரட்டல் தவறாமல் இருக்கும். பாதிக்கப்பட்டவர்கள் நிச்சயம் பேசுவார்கள் என்ற பயம் நிறைந்த கோபமும் குற்றவாளிகளிடம் இருக்கும். அதன் காரணமாகக் கொல்லப்பட்ட பெண்களின் கதை தனி!

உலகம் பூராவும் கண்டனக் குரல் 2020 செப்டம்பரில் எழுந்தது. 19 வயது தலித் பெண் உயர்சாதி அகம்பாவம் கொண்ட நான்கு இளைஞர்களால் பாலியல் பலாத்காரம் செய்யப்பட்டாள். முதுகெலும்பு முறிந்தும் நாக்கு துண்டிக்கப்பட்டும் மருத்துவமனையில் சேர்க்கப்பட்ட அப் பெண் இரண்டு வாரங்களில் இறந்தாள். சம்பவம் நடந்த இடம் - ஹத்ராஸ். உத்திரப் பிரதேசத்தில் உள்ள ஊர். ஹத்ராஸை நோக்கித்தான் உலகம் கத்திக் கூக்குரலிட்டது. அந்தச் சத்தம் கேட்ட பிறகுதான் அசட்டைத் தூக்கத்தில் இருந்து காவல்துறை விழித்தது. பலாத்காரம் செய்துவிட்டு உல்லாசமாக ஊர் சுற்றிக் கொண்டிருந்த அந்த நான்கு அயோக்கியர்களும் 10 நாட்களுக்குப் பிறகு கைது செய்யப்பட்டனர்.

ஹத்ராஸ் கொடுமை பற்றிப் பேசாத தேசமில்லை. அது சரி! நீங்கள் பேசி இருக்கிறீர்களா?....

***

10 லட்சம் பிரதிகளுக்கு மேல் விற்றுத் தீர்ந்த புத்தகம் - Pedagogy of the oppressed. நூற்றுக்கும் மேற்பட்ட மொழிகளில் இப் புத்தகம் மொழி பெயர்க்கப்பட்டுள்ளது. தமிழில் இதை மொழிபெயர்த்தவர் ஆயிஷா நடராசன். முழு எழுத்தறிவுத் திட்டம் இந்தியாவில் (தமிழ்நாட்டில் அறிவொளி) நடைபெற்றபோது, *Pedagogy of the oppressed* பற்றியும் அதன் ஆசிரியர் பாலோ பிரையர் பற்றியும் பேசாத நாள் இல்லை.

பாலோ பிரையர் பிறந்து வளர்ந்தது பிரேசிலில். வறுமையில் வாடிய குடும்பம் பிரையர் குடும்பம். படித்து ஆசிரியர் ஆனார். பின்னர் கல்வித் துறை இயக்குநர் ஆனார். *1962*இல் பிரையர் செய்த கல்விப் பரிசோதனை உலகின் கவனத்தைக் கவர்ந்து வியப்பில் ஆழ்த்தியது. வயல்களில் உழைக்கும் 300 பேருக்கு 45 நாட்களில் தெள்ளத் தெளிவாய் எழுதவும் படிக்கவும் கற்றுத் தந்தார் பிரையர். 'வார்த்தையில் இருந்து உலகத்துக்கு' (*reading the word and the world)* என்பது அவர் தந்த கல்வியின் அடிப்படை. கற்றலும் கற்பித்தலும் உரையாடல் வழி நடந்தது மற்றொரு புதுமை. நிரப்புவது அல்ல கல்வி; விழிப்புணர்வைத் தருவது கல்வி என்பது பிரையரின் கல்விக் கோட்பாடு. பிரேசிலில் ஆயிரக் கணக்கில் எழுத்தறிவு மையங்கள் தொடங்கப்பட்டன. உழைப்பாளி மக்கள் மையங்களில் பேச ஆரம்பித்தனர். இதை அரசு பொறுக்குமா? பிரையர் சந்தேகத்துக்கு உரியவர் ஆனார். 'சதிகாரர்' என்றது அரசு. *1964*இல் பிரையர் சிறையில் அடைக்கப்பட்டார். பின்னர்

நாடு கடத்தப்பட்டார். 16 ஆண்டுகள் கழித்து 1980இல் தான் மீண்டும் பிரேசிலுக்குத் திரும்ப அனுமதிக்கப்பட்டார். நாடு கடத்தப்பட்ட காலத்தில்தான் *Pedagogy of the oppressed* நூலைப் பிரையர் எழுதினார். கல்விப் பாதையில் புதிய வெளிச்சம் இந்நூல். சிலரை மிரட்டவும் செய்திருக்கிறது. *Oppressed* என்ற ஒரு வார்த்தைக்காக அரிசோனா (அமெரிக்கா) கல்வித்துறை ஆசிரியர்களும் மாணவர்களும் இப் புத்தகத்தைப் படிக்கக் கூடாது என்று தடை விதித்தது.

பாரம்பரியமான கிறித்தவக் குடும்பத்தில் பிறந்தவர் பிரையர். அவருடைய கல்விப் பாதை மார்க்சியப் பாதையானது. கிறிஸ்து காட்டிய வெளிச்சத்தில் மார்க்ஸைச் சென்றடைந்ததாக பிரையர் ஒரு பேட்டியில் சொன்னார். *(He is the light, that led me to Marx).*

உரையாடல், விமர்சன விழிப்புணர்வு, கல்வியில் நடுநிலை என்பது இல்லை- போன்ற சிந்தனைகள் கல்விப் புலத்தில் இணையக் காரணமானவர் பிரையர். 'அர்த்தமுள்ள பேச்சு உலகை மாற்றும்' என்று பிரையர் சொன்னதை ஒவ்வொரு கருத்தரங்கிலும் கேட்க முடிகிறது.

ஆசிரியர்கள் அவசியம் படிக்க வேண்டிய நூல்களில் ஒன்று- *Pedagogy of the oppressed.*

***

வீதியில் இருப்பது தலையிடா மௌனம் என்றால், வகுப்பறையில் இருப்பது ஒழுங்கு என்ற பெயரில் கட்டுப்படுத்தப்பட்ட மௌனம். பேச வேண்டிய நேரத்திலும் பேசாதிருக்கிறது வீதி. என்ன பேசுவது என்று புரியாமல் இருக்கிறது வகுப்பறை.

வகுப்பறையில் அடிக்கடி கேட்கும் வார்த்தைகளில் ஒன்று - *Silence!*

ஆசிரியரின் சாமர்த்தியத்தில் இயங்குவதா? மாணவரின் பங்கேற்போடு இயங்குவதா? எது சரியான வகுப்பறை?

ஏன் வகுப்பறைகள் பல உணர்ச்சியும் பகிர்தலும் இன்றி உறைந்து கிடக்கின்றன?

கேள்விகளுக்கான விடையாகவும், பிரச்சினைகளுக்குத் தீர்வாகவும் இருக்கிறது பிரையரின் 'உரையாடல் கோட்பாடு'....

13

அடையாளமும் அட்டைப் பெட்டியும்

குழந்தைக் கதைகளில் 'வௌவால்' பற்றிய கதைகள் குறைவு. வௌவால்- ஒரு பறக்கும் பாலூட்டி. *Stellaluna* - பழம் தின்னும் வௌவால் பற்றிய குழந்தைக் கதை. பெரும் வரவேற்பைப் பெற்ற கதை.

Stellaluna என்பது குட்டி வௌவாலின் பெயர். ஸ்டெல்லா என்றால் நட்சத்திரம். லூனா என்றால் நிலா. நட்சத்திரமும் நிலாவும் கைகோர்த்த பெயர் ஸ்டெல்லாலூனா.

ஆந்தை ஒன்றின் தாக்குதலால் தாய் வௌவாலைப் பிரிகிறது குட்டி வௌவால் ஸ்டெல்லா. பறவை ஒன்றின் கூட்டில் போய் விழுகிறது. அங்கே ஏற்கனவே மூன்று பறவைக் குஞ்சுகள். ஸ்டெல்லாவைப் பார்த்ததில் குஞ்சுகளுக்குக் குதூகலம். தாய்ப் பறவைக்கும் ஸ்டெல்லா மீது அனுதாபம். பாவம்! குட்டி வௌவால்! "பூச்சிகளைத் தின்னப் பழக வேண்டும்; இரவில் தூங்க வேண்டும்; தலைகீழாகத் தொங்கக் கூடாது (என்

பிள்ளைகள் பயப்படுவார்கள்)” என்று கண்டிசன் போட்டு ஸ்டெல்லாவை ஏற்கிறது தாய்ப் பறவை.

தாய்ப் பறவை கொண்டு வரும் பூச்சிகளைத் தின்று ஸ்டெல்லா வளர்கிறது. பறவைக் குஞ்சுகளும் ஸ்டெல்லாவும் இப்போது நல்ல நண்பர்கள்.

ஒரு நாள் பறவைக் குஞ்சுகள் பறக்கப் பழகுகையில் ஸ்டெல்லாவும் கூட்டை விட்டு வெளியே பறக்கிறது. வெளியே வந்த ஸ்டெல்லா பிரிந்த தன் தாய் வௌவாலைப் பார்க்கிறது.

குடும்பத்தோடு சேர்ந்து கொள்கிறது. இழந்த அடையாளம் திரும்புகிறது. பழங்களைத் தேடித் தின்கிறது.

பறவைக் குஞ்சுகளைச் சந்திக்கையில் அதே பழைய நட்பு. அடையாளமும் கிடைக்கிறது; நட்பும் தொடர்கிறது. “வித்தியாசமாக இருக்கிறோம். நட்பாகவும் இருக்கிறோம்” (*How can we be so different and feel so much alike*)- என்பது பறவைக் குஞ்சுகள் வெளிப்படுத்திய ஆச்சர்யம்.

இது பறவைகளின் குரலா? இல்லை. மானுடத்தின் குரல்!

***

ஒரு மனிதருக்கு எத்தனை அடையாளங்கள்?

‘அவர் ஆசிரியர்’ என்பது ஓர் அடையாளம். தொழில் சார்ந்த அடையாளம்.

‘இவருக்கும் உங்களைப் போல் ஏ.எம்.ராஜா பாடல் மீது உயிர்’ என்றால் அது ஓர் அடையாளம். ரசனை சார்ந்த அடையாளம்.

‘சார்! நீங்க தேனியா? நானும் தேனிதான்!’ என்றால் அது ஊர், வசிப்பிடம் சார்ந்த அடையாளம்.

ஒவ்வொரு மனிதருக்குள்ளும் ஏராளம் அடையாளங்கள்! அவ்வப்போது வெளிப்பட்டு மகிழ்ச்சியையும் உற்சாகத்தையும் தரும் அடையாளங்கள்!

மனிதருக்குள் மிளிரும் பல அடையாளங்களை நீக்கிவிட்டு, சாதி அல்லது மதம் என்ற ஒற்றை அடையாளத்துக்குள் அவரை அடைப்பது மற்றவரிடம் இருந்து அவரைப் பிரிப்பதற்கு மட்டுமா?

வெறுப்பை விதைத்து, சந்தர்ப்பம் பார்த்து அவரை வன்முறைக்குத் தூண்டவும்தான்!

ஆமார்த்யா சென்னுக்கு இப்போது வயது 90. காலம் பூராவும் மதப் பூசல்களுக்கு எதிராகக் குரல் கொடுத்து வருபவர் அவர். அவருடைய புத்தகங்களில் ஒன்று - *Identity and violence*.

புகழ் பெற்ற கல்வி நிலையங்களில் அவர் நிகழ்த்திய உரைகளின் தொகுப்பு இந்நூல்.

புத்தகத்தின் ஒவ்வொரு வரியிலும் அர்த்தம் இருக்கிறது; அன்பு இருக்கிறது.

ஒற்றை அடையாளம் (*Solitarist*) - பெரும்பாலும் மத அடையாளம்- வன்முறையின் அடையாளமாக மாறுவதை நூல் விவரிக்கிறது. விரிந்த மானுடம் மதம் என்ற அட்டைப் பெட்டிக்குள் அடைபடுவதை விளக்கும் '*Individuals are put into little boxes*' என்ற அற்புதமான வரியை மறக்கமுடியாது.

மனிதகுல அமைதிக்கான தாகம் ஆமார்த்யா சென்னிடம் இன்று நேற்று உருவானதல்ல. 1933இல் வங்காளத்தில் பிறந்தவர் சென். 11 வயதில் (1944இல்) இந்துக்களும் முஸ்லீம்களும் இந்திய மண்ணில் வெட்டிச் சாவதைக் கண்கூடாகக் கண்டு துடித்தவர். ஜனவரியில் தாயும் பிள்ளையுமாக இருந்தவர்கள் ஜூலையில் தூண்டப்பட்ட வன்முறை வலையில் சிக்கி முட்டி மோதுவதைப் பார்த்தவர். அமைதிக்கான தாகம் அன்று உருவானது.

ஆமார்த்யா சென் 1998இல் பொருளாதாரத்திற்கான நோபல் நினைவுப் பரிசு பெற்றவர்; 1999இல் இந்தியாவின் பாரத ரத்னா விருது பெற்றவர்; குரலும் உடலும் தளர்ந்த நிலையிலும் அமைதி (Peace) குறித்துத் தொடர்ந்து பேசி வருபவர்.

***

படிப்போர் பெருகப் பெருக, சாதி மத அடையாளங்கள் நாளுக்கு நாள் கூர்மைப்பட்டு வருகின்றன - குறிப்பாக இந்தியாவில்! அப்படியானால், கல்வியின் பயன் என்ன? கல்விக் கூடங்களின் பயன் என்ன?

இந்த ஏமாற்றம் ஒரு பக்கம். 'மக்கு' 'புத்திசாலி' 'பணிவானவன்' 'நிமிர்ந்தவன்' 'சொன்ன பேச்சைக் கேட்பவன்' 'வசப்படாதவன்' - எனப் புதிய அடையாளங்களுக்குள் - அட்டைப் பெட்டிகளுக்குள் குழந்தைகளை அடைக்கிறது பள்ளி.

அபிப்பிராய அடையாளங்களை ஒட்டிக் குழந்தைகளை முடக்குவதற்கல்ல பள்ளி; குழந்தைகளுக்குள் ஒளிந்து கிடக்கும் அழகிய அடையாளங்களைக் கண்டுபிடித்துக் கொண்டாடத்தான் பள்ளி...

14
பிஞ்சு விரல்கள்... பெருங்கனவுகள்

மறக்க முடியாத சிறுமி - ஆனி பிராங்க். யூதர் சமூகத்துப் பெண். அதன் காரணமாக நாஜிகளின் வதை முகாமில் சிக்கி மாண்டவள்.

13 வயதில் ஆனிக்குப் புத்தம் புது டயரி கிடைத்தது. எழுத்தாளர் ஆகவேண்டும் என்ற பெருங்கனவுகளுடன் வாழ்ந்தவள் ஆனி. டயரி கிடைத்ததும் குதூகலித்தாள். பேப்பர், பேனா மீது அவளுக்கு உயிர். 'மனிதர்களை விடப் பொறுமையானது பேப்பர்' (... Paper has more patience than people) என்று அவள் தன் டயரியில் எழுதினாள்.

ஆனி ஜெர்மனியில் 1929இல் பிறந்தவள். தந்தை வணிகர். 1933இல் ஹிட்லர் ஜெர்மன் அதிபர் ஆனதும் யூதர்களுக்கு எதிரான வெறுப்பைப் பரப்பினான். யூதர்களைச் சிறைப்படுத்தினான்.

அவர்களின் பதவிகளைப் பறித்தான். ஹிட்லர் ஏற்படுத்திய வதை முகாம்களில் ஏறத்தாழ 60 லட்சம் யூதர்கள் கொல்லப்பட்டனர்.

ஆனியின் குடும்பம் தப்பி நெதர்லேண்ட் சென்றது. அங்கு ஆம்ஸ்டர்டாமில் வசித்தது. இருந்தாலும் நாஜிக்களின் வெறுப்புப் பார்வையில் இருந்து தப்பவில்லை. ஒரு சிறு அறையில் 1942 முதல் 1944 வரை குடும்பம் தலைமறைவு வாழ்க்கை வாழ்ந்தது. அப்போது அத் துயர நினைவுகளை ஆனி டயரியில் எழுதினாள். 1944இல் குடும்பமே கைதானது. வதைமுகாமில் அடைக்கப்பட்டது. வதைமுகாமில் இருந்தபோது 1945இல் ஆனி பிராங்க் இறந்தாள். இறந்தபோது அவள் வயது 15.

அவள் இறந்தபின் 1947இல் அவள் எழுதிய டயரி புத்தகம் ஆனது. புத்தகத்தின் தலைப்பு: *The Diary of a Young girl.* வெளிவந்த சில மாதங்களில் 70 மொழிகளில் மொழி பெயர்க்கப்பட்ட புத்தகம் அது. லட்சக்கணக்கானோர் வாசித்துக் கண்கலங்கிய புத்தகம். தமிழில் உஷாதரன் மொழிபெயர்ப்பில் எதிர் வெளியீடாக இப் புத்தகம் வந்துள்ளது.

***

உலகின் பெரும் பத்திரிகைகளும் வரலாற்றுச் சிந்தனையாளர்களும் ஒருமித்த குரலில் சொன்னது இது: “போருக்கும் வன்முறைக்கும் எதிராக எழுதியவர்களில் சிறுமியர் இருவர் முக்கியமானவர்கள். ஒருவர் ஆனி பிராங்க். இன்னொருவர் மலாலா. இருவரும் பேனாவின் சக்தியில் நம்பிக்கை வைத்தவர்கள். இருவரில் -

ஆனி பிராங்கை வதைமுகாமில் பறிகொடுத்தோம்; தலிபானின் குண்டுகள் தலையைத் துளைத்த பின்னும் மலாலா இன்று நம்மோடு வாழ்கிறார்."

11 வயதில் எழுதத் தொடங்கினாள் சிறுமி மலாலா. 'பெண் கல்வி, சண்டைகள் அற்ற உலகம்' இரண்டும் மலாலா எழுத்தின் அடிப்படைகள். இவை அந்தப் பிஞ்சு விரல்களின் பெருங்கனவுகள்.

உலகம் அதிர்ச்சியில் உறைந்த நாள் - அக்டோபர் 9, 2012. மலாலா தன் தோழிகளுடன் பள்ளியில் இருந்து வீடு திரும்பிக் கொண்டிருந்தார். அப்போது மலாலாவின் வயது 15. மலாலாவின் வீடும் பள்ளியும் பாகிஸ்தானில் ஸ்வாட் பள்ளத்தாக்கில் இருந்தன.

பஸ்ஸை வழிமறித்தான் ஒரு தலிபான். அவன் கையில் துப்பாக்கி. அவன் மனதில் பெண்கல்விக்கு எதிரான கோபம்! பஸ்ஸில் இருந்த மாணவிகளிடம் "மலாலா யார்?" என்று கேட்டான். தவிர்க்க முடியாமல் மாணவிகளின் பார்வை மலாலா மீது விழுந்தது. உடனே அவன் சுட்டான். மூன்று குண்டுகள். ஒரு குண்டு மலாலாவின் தலையைச் சிராய்த்துப் பாய்ந்தது. மற்ற இரு குண்டுகளும் மாணவிகள் சாஷியா, கைனாட் இருவரையும் காயப்படுத்தின. பள்ளிச் சிறுமிகள் மூவரும் ரத்த வெள்ளத்தில்!

மூவரும் காப்பாற்றப்பட்டு இன்று லண்டனில் வசிக்கின்றனர். துப்பாக்கிக் குண்டு மட்டும் துளைக்கவில்லை. மலாலா யார்? என்று தலிபான் கேட்ட கேள்வியும் மலாலாவைத் துளைத்தது. தன் கனவுகளை முன்வைக்க வேண்டிய தருணம் இது. நான்தான் மலாலா (I am Malala) என்ற புத்தகத்தை அடுத்த ஆண்டே எழுதினார். அப்போது மலாலாவின் வயது 16.

அதற்கு அடுத்த ஆண்டே (2014) மலாலா அமைதிக்கான நோபல் பரிசு பெற்றார். மிகச் சிறு வயதில் - 17 வயதில் - நோபல் பரிசு பெற்றவர் இவரே.

பல நாடுகளில் அரசு அதிகாரங்களை ஆட்டிப் படைக்கும் பெருமுதலாளிகளின் லாபங்கொழிக்கும் தொழில்- இராணுவத் தளவாட உற்பத்தி. அவர்களைப் பொறுத்தவரை- உலகில் போர் வேண்டும்; வன்முறை வேண்டும். அப்போதுதான் லாபம் பார்க்க முடியும்.

இந்தச் சூழலில் மலாலாவின் குரல் முக்கியமானது. தன் 18வது பிறந்தநாளில் மலாலா உலகத் தலைவர்களிடம் வைத்த கோரிக்கை

இது: "துப்பாக்கிக் குண்டுகளைத் தயாரிக்க வேண்டாம்; புத்தகங்களைக் கொடுங்கள்." (...Invest in books; not in bullets)

***

மாணவி விஷ்ணு பிரியாவின் மரணம் தமிழ் நாட்டை உலுக்கியுள்ளது. தன் தந்தை குடிப்பழக்கத்தை நிறுத்த வேண்டும் என்று கடிதம் எழுதி வைத்து விஷ்ணு பிரியா தற்கொலை செய்து கொண்டார். விஷ்ணு பிரியாவின் வயது 16.

இதயமுள்ள வகுப்பறையில், வீட்டின் துயரங்கள் குழந்தைகளால் அடிக்கடி பகிரப்படுகின்றன. குடிப்பழக்கம்தான் துயரங்களின் அடிவேர்!

தந்தை குடித்துவிட்டுத் தன்னையும் தாயையும் அடிப்பதாகச் சொல்லிக் குழந்தைகள் கண்கலங்குகின்றனர்.

ஆசிரியர்கள் சிலர் அற்புதமானவர்கள். பாடப்புத்தகம் தாண்டி அவர்கள் குழந்தைகளைப் பார்க்கின்றனர். அடிபட்ட வீடுகளுக்கே நடக்கும் ஆசிரியர்களும் உளர். சாக்பீஸில் தோய்ந்த விரல்கள்தான். அதேநேரம் கண்ணீரைத் துடைக்கும் கைகளும் கூட.

குடிப்பிரச்சினைக்குத் தீர்வு வகுப்பறையிலும் உள்ளது.

15
பயமும் தைரியமும்

பயம் பல விதம்.

முதியவர்களைக் கேட்டுப் பாருங்கள். இரவின் மீது பயம் என்கிறார்கள். ஏன்? தூக்கம் வருவது இல்லையாம்.

மலை கிராமத்து மக்கள் புலி, யானைகளின் நடமாட்டம் கண்டு பயம் கொள்கிறார்கள். சமவெளி மக்கள் சந்திக்காத பயம்!

மின்விளக்கு வராத காலத்தில் வீட்டுக்கு வீடு பேய் பயம்.

சிலருக்குச் சத்தம் ஆகாது. இரவில் நாய் குரைத்தால் நடுங்குவோர் உண்டு. எமன் வருகிறானாம்!

பொதுவான பயம் எங்கும் உண்டு. அவற்றில் ஒன்று - பள்ளிக்கூடம்! பள்ளிக்குச் செல்ல மாட்டேன் என்று குழந்தைகள் அழுவதும் பள்ளியைத் தவிர்க்க நினைப்பதும் பயத்தால்தான். பாடம் ஒரு பயம். பரீட்சை ஒரு பயம். சில நேரங்களில் ஆசிரியரும் பயம்தான்!

பள்ளிப் பயம் பற்றிப் பேசும் குழந்தைக் கதைகளில் குறிப்பிடத்தக்கது- Me and my Fear. புத்தகத்தில் உண்மையும் இருக்கிறது; வேடிக்கையும் இருக்கிறது.

அவள் சிறுமி. அவளுடைய குடும்பம் பிழைப்புக்காக வேறு நாடு வந்திருக்கிறது.

வீட்டுக்கு வெளியே விளையாடப் போனது கூட கிடையாது. யார் எப்படியோ? என்ன சொல்வார்களோ?..

இன்று பள்ளி செல்ல வேண்டும். முதல் நாள். பயமும் அவள் கூடவே வருகிறது.

புதியவளான அவளிடம் யாரும் பேசவில்லை. அவளும் யாரிடமும் பேசவில்லை.

பேச்சற்ற ஒவ்வொரு நாளும் தனிமை வளர்ந்தது. இடைவெளி வளர்ந்தது. கூடவே பயமும் வளர்ந்தது.

ஆசிரியரோ அவள் பெயரைத் தப்பாக வாசித்தார். பொறுத்துக் கொண்டாள்.

ஒரு நாள் - அவள் கூடப் படிக்கும் சிறுவன் எதையோ அவளிடம் காட்டத் துடித்தான். அவள் வாங்கிப் பார்த்தாள். அவன் வரைந்த ஓவியங்கள்! பகிர்ந்து கொள்ள அவனுக்குத் துணை வேண்டும். கூட்டத்தில் இருந்தாலும் சிலர் தனிமையோடுதான் இருக்கிறார்கள்.

இப்போது அவளும் அவனும் நல்ல நண்பர்கள். சேர்ந்து வரைந்தார்கள். சேர்ந்து வண்ணம் தீட்டினார்கள். இடைவேளை நேரங்களில் மைதானத்தில் இருவரும் விளையாடினார்கள். பள்ளிப்பயம் படிப்படியாகக் குறைந்து வந்தது.

வெளியே விளையாடும் போது ஒருநாள் நாய் குரைத்தது. சிறுவன் பயந்தான். எதன் பின்னாலோ மறைந்தான். ஓ! ஒவ்வொருவர்க்கும் ஒரு பயம்!

கொஞ்சம் கொஞ்சமாக அவளுக்கு நண்பர்கள் கூடினார்கள். சேர்ந்து விளையாடினார்கள். பயமா? அது எங்கே? பள்ளி இப்போது அவளின் விருப்பமான இடம்...

***

உளவியல் ரீதியாக பயமற்ற வகுப்பறை குறித்துப் பேசும் நூல் - The Courageous Classroom. மாணவரின் திறன்களை எடைபோடும் வகுப்பறை அல்ல- மாணவர்களிடம் கற்கும் வகுப்பறையே தைரியமான வகுப்பறை என்கிறது நூல்.

தைரியமான வகுப்பறையின் முதல் தேவை- தைரியமான வெளி என்பது புத்தகத்தின் கருத்து. வெளிப்படை (openness), காது கொடுத்துக் கேட்டல் (listening) இரண்டும் முக்கியமானவை.

புத்தகம் முன்வைக்கும் தீர்வுகள் பல. அவற்றில் ஒன்று - பன்மையை ஒப்புக் கொள்ளல் (Acknowledge Diversity). குழந்தைகள் அனைவரும் ஒரு கும்பல் அல்ல. ஒவ்வொரு குழந்தைக்குள்ளும் வித்தியாசமான திறன்களும் இருக்கின்றன. வித்தியாசமான பிரச்சினைகளும் இருக்கின்றன. வீடும் வீதியும் ஒவ்வொரு குழந்தைக்கும் வேறு வேறு. பன்மையைப் புரிந்து கொள்ள வேண்டும். அப்போதுதான் அன்பு செலுத்த முடியும்.

புத்தகம் முன்வைக்கும் உதாரணங்களும் பல. ஒருவரை மறக்க முடியாது. அவர் ரூபி பிரிட்ஜஸ் (Ruby Bridges) இன்று அவர் அமெரிக்காவின் மனித உரிமைப் போராளிகளில் ஒருவர். 1960இல் அவர் ஆறு வயதுச் சிறுமி. கறுப்பர் சமூகத்துப் பெண். அன்று அமெரிக்காவில் வெள்ளைக் குழந்தைகளுக்கும் கறுப்புக் குழந்தைகளுக்கும் தனித்தனிப் பள்ளிகள். கறுப்பர் பள்ளி மாட்டுக் கொட்டகை போல் இருக்கும்! 1954ஆம் ஆண்டிலேயே பள்ளிப் பிரிவினைக்கு எதிரான நீதிமன்றத் தீர்ப்பு வந்தும் நடைமுறை ஆகவில்லை.

1960இல் தான் நடைமுறைக்கு வந்தது. நடைமுறைக்குக் கொண்டு வந்தவர் ஆறு வயதுச் சிறுமி ரூபி. நியூ ஆர்லியன்ஸ் நகரில் இருந்த அரசுப் பள்ளி அது. அங்கு படிக்கும் குழந்தைகள் அனைவரும் வெள்ளையர் குழந்தைகள். 1960, நவம்பர் 14. அந்தப் பள்ளியில் சேர்ந்து படிக்க ரூபி அங்கு சென்றாள். பள்ளி சேர்த்துக் கொண்டது. ஆனால் வெள்ளைப் பெற்றோர் மத்தியில் புகை கிளம்பியது. எதிர்ப்புக் குரல் எழுப்பினர். முதல் நாள் முழுவதும் பள்ளி முதல்வர் அறையிலேயே இருந்தாள் ரூபி. வெளியே வரவில்லை. வெளியே கலாட்டா செய்யும் வெள்ளைப் பெற்றோர். வீட்டுக்கு வந்ததும் இந்தப் பள்ளி வேண்டாம் என்று பயந்தார் தந்தை. தைரியமாகப் போ! என்றார் தாய்.

மறுநாள் வகுப்புக்குப் போனாள் ரூபி. அவளை வரவேற்ற டீச்சர் பார்பரா ஹென்றி. வெள்ளை ஆசிரியர். தைரியம் கொண்டவர். ரூபியோடு சேர்ந்து படிக்க இஷ்டமின்றி வெள்ளைக் குழந்தைகள் வகுப்பை விட்டு வெளியேறினர். அது பற்றி பார்பரா டீச்சர் கவலை கொள்ளவில்லை. ரூபிக்கு மட்டும் வகுப்பு எடுத்தார். ஓராண்டு முழுவதும் அந்த வகுப்பில் ரூபியும் பார்பராவும் மட்டும்தான். ஆறு வயதுச் சிறுமியும் 28 வயதுப் பெண்ணும் வெள்ளை கறுப்பு நிறங்களைக் கடந்து பேசி விளையாடி பாடங்களில் திளைத்தனர்.

இருவரும் சேர்ந்து உருவாக்கியது - தைரியமான வகுப்பறை. Courageous Classroom! அமெரிக்கப் பள்ளிகளின் பாதையையும் பார்வையையும் மாற்றிய வகுப்பறை.

கல்வியாளராக இருப்பதற்குத் தைரியம் தேவை (It takes courage to be an educator) என்கிறார் இந் நூலுக்கு அணிந்துரை தந்த குவாமி.

உண்மைதான். தைரியம் இல்லாமல் எதையுமே மாற்ற முடியாது.

***

பள்ளிக் கூடத்தின் வாசல் எது? பயமா? தைரியமா?

பயத்தின் வாசல் வழிதான் முட்டாள்தனங்களும் மூடநம்பிக்கைகளும் சமூகத்துக்குள் நுழைந்தன.

வெறுப்பும் வன்முறையும் மகுடம் சூடிக் கொள்வது பயந்தோர் தரும் சம்மதத்தின் வழிதான்.

பள்ளிக்கூடம் சமூகத்தின் இன்னொரு முகமா?

வர்த்தகம்தான் பள்ளியின் நோக்கம் என்றால் அதன் வாசல், சன்னல், கதவு எங்கணும் பயம்தான்.

இதயமுள்ள பள்ளி என்றால் வேறு. அதன் வாசல் - தைரியம்.

குழந்தைகள் அங்கே கும்பல் அல்ல.

பன்மையை ஒப்புக் கொள்வதும் அங்கீகரிப்பதும் தைரியத்தின் அடையாளம்.

வேண்டும் தைரிய வகுப்பறை...